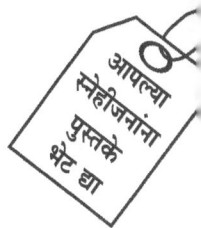

चकाट्या

द. मा. मिरासदार

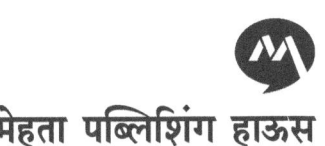

मेहता पब्लिशिंग हाऊस

- *या पुस्तकातील लेखकाची मते, घटना, वर्णने ही त्या लेखकाची असून त्याच्याशी प्रकाशक सहमत असतीलच असे नाही.*

CHAKATYA by D. M. MIRASDAR

चकाट्या : द. मा. मिरासदार / विनोदी कथासंग्रह

प्रकाशक : सुनील अनिल मेहता, मेहता पब्लिशिंग हाऊस,
१९४१, सदाशिव पेठ, माडीवाले कॉलनी, पुणे ४११०३०.

अक्षरजुळणी : इफेक्ट्स, २१/६ब, आयडिअल कॉलनी, कोथरूड, पुणे ३८.

मुखपृष्ठ : शि. द. फडणीस

प्रकाशनकाल : द्वितीयावृत्ती, १९७७ / तृतीयावृत्ती, १९८१
मेहता पब्लिशिंग हाऊस, पुणे यांची
चौथी आवृत्ती : मार्च, २०११ / सप्टेंबर, २०११ /
सप्टेंबर, २०१२ / फेब्रुवारी, २०१४ / एप्रिल, २०१६ /
पुनर्मुद्रण : डिसेंबर, २०१८

P Book ISBN 9788184982220
E Book ISBN 9788184989311
E Books available on : play.google.com/store/books
www.amazon.in/b?node=15513892031

ती. अण्णाराव व सौ. ताई यांना –
अर्पण

अनुक्रमणिका

शिवाजीचे हस्ताक्षर

दिवाळीची सुट्टी संपून शाळा सुरू झाली होती. आज पहिलाच दिवस होता. सहामाही परीक्षेचे पेपर्स आज मिळायचे म्हणून आम्ही मोठ्या उत्सुकतेने वाट पाहत होतो. दर तासाला वाट पाहत होतो. मास्तर वर्गात आले की, पेपरांचा गठ्ठा सोडत आणि वाटत. पेपर मिळाला की, भराभर मार्कांची बेरीज करायची. कुठला प्रश्न तपासायचा राहिला असला तर मास्तरांना दाखवायचा. मार्क वाढवून घ्यायचे. सगळ्यात जास्ती कुणाला मार्क मिळाले आहेत ते पाहायचे.

दर तासाला हा प्रकार चालला होता. इंग्रजी, गणित, मराठी असे तीन तास झाले. तिन्ही विषयांचे पेपर मिळाले. मला कुठल्याच विषयात सगळ्यांपेक्षा जास्त मार्क मिळाले नव्हते. आता चौथा तास इतिहासाचा होता. इतिहास विषय माझा अगदी पक्का. बाबांनी खूप घोटून घेतलेला. त्यामुळे या तासाची मी फार फार वाट पाहत होतो. या पेपरात आपल्याला सर्वांत जास्त मार्क मिळणार अशी मला खात्री होती. पेपरच तसा मी फर्डा लिहिला होता.

अखेर घंटा झाली. चौथा तास सुरू झाला आणि डोक्याला रुमाल घातलेले आमचे इतिहासाचे देशपांडे मास्तर वर्गात आले.

आल्याबरोबर त्यांनी नेहमीप्रमाणे खुर्चीत मांडी घातली. चमत्कारिक आवाज करीत जोराने नाक शिंकरले. धोतराचा काठ वर उचलून ते पुसले. मग खिशातील तपकिरीची डबी काढली. हाताच्या बोटांनी तिच्यावर टकटक करून ती उघडली आणि चिमूटभर तपकीर सटकन नाकात कोंबली. इतक्या जोरात कोंबली की, आमच्या नाकापर्यंत तिचा वास आला. नेहमीप्रमाणे टेबलासमोर बसलेली दोन्ही मुले सटासट शिंकली. मास्तरांच्याही डोळ्यांतून घळघळ पाणी आले. दोन्ही हात एकमेकांवर आपटून झाडीत, ते तोंड उघडून स्वत:शीच म्हणाले,

"आऽऽहा हा! वा!... काय बरं वाटलं!"

मास्तर नेहमीच असे करतात. आल्याबरोबर नाक शिंकरायचे आणि पुन्हा

तपकीर ओढायची. 'वा! काय बरं वाटलं बुवा!' असे म्हणायचे. मग पुन्हा नाक शिंकरायचे. पुन्हा तपकीर ओढायची आणि पुन्हा तेच वाक्य डोळे मिटून म्हणायचे. समाधानाने मान डोलवायची. एकदा तर त्यांनी शिकविता शिकविताच तपकीर ओढली बरं का! अन् आम्हाला सांगितलं,

"...तर अशा रीतीने शिवाजीमहाराजांचा जन्म शिवनेरी किल्ल्यावर झाला."

–आणि लगेच ते पुढे म्हणाले,

"वा! काय बरं वाटलं!"

असे आमचे देशपांडे मास्तर आहेत. मुले म्हणतात, सारखे शिंकरून शिंकरूनच त्यांचे नाक नकटे झाले आहे. खरेखोटे देव जाणे. पण इतिहास नुसता तोंडपाठ आहे. केव्हा कोण जन्मले, मेले, तहाची कारणे अन् परिणाम सगळे अगदी जिभेवर असते त्यांच्या. मृत्यू आणि योग्यता हा तर त्यांचा आवडीचा विषय. कुणाचीही योग्यता ते इतकी सुंदर शिकवितात की, सगळ्यांपेक्षा त्यांची योग्यता जास्त आहे, असे आम्हाला नेहमी वाटते. फार हुशार आहेत. बोलताना सारख्या मिशा हलवितात. मध्येच पाय खाजवतात. चिरक्या आवाजात शिकवतात अन् इतिहास नाही आला कुणाला की खूप ठोकून काढतात.

आज मास्तरांनी पेपरांचा गठ्ठा काढला. टेबलावर ठेवला. एखादी पोथी ठेवावी तसा ठेवला. मग आमच्याकडे त्यांनी बराच वेळ रोखून पाहिले. गठ्ठ्याची दोरी सोडून पेपर मोकळे करीत ते गंभीरपणे म्हणाले,

"मुलांनो, सहामाही परीक्षा ही शाळेतली एक ऐतिहासिक घटना असते. इतिहासाचा पेपर म्हणजे तर त्यातील एक सोन्याचे पान –"

अधूनमधून मास्तर असेच काहीतरी बोलतात. काही कळत नाही. आम्ही आपले नुसते ऐकत राहतो.

मी उठून नम्रपणे विचारले,

"पण सर, पेपर वाटणार ना तुम्ही आज?"

मास्तरांनी एकदम नाक उडविले.

"तू गप्प बैस मूर्खा! एकदम असं विचारू नये. हो, तर काय सांगत होतो मी – हां, पेपर मी तुम्हाला आज देणारच आहे. पण तत्पूर्वी तुम्ही केलेल्या ऐतिहासिक चुका तुम्हाला सांगणं माझं कर्तव्य आहे. काय रत्ने आहेत, एकेक. आहाहा... इतिहास कधी कुणाला क्षमा करीत नाही, समजलात?"

आम्ही सगळ्यांनी माना डोलावल्या.

मग मास्तरांनी पहिलाच पेपर उचलला.

"नंबर एक. सदाशिव अनंत साठे – साठे कुठाय?"

साठे चष्मा लावतो. त्यामुळे त्याला लवकर ऐकू येत नाही. दोन-तीनदा हाका

मारल्यावर तो दचकून उभा राहिला.

"काय सर?"

"हा एक नंबरचा गाढव आहे." मास्तर त्याच्याकडे बोट दाखवून गंभीरपणे म्हणाले, "यानं गध्यानं काय लिहिलंय पाहा – 'शिवाजीचा जन्म रायगडावर झाला. तो लहानपणी हुशार होता. त्याने घराला स्वराज्याचे तोरण बांधले. पुण्यात तो शनिवारवाड्यात राहत असे –"

हे वर्णन ऐकून सगळ्या वर्गात मोठा हशा झाला. ही: ही: करून आम्ही हसू लागलो. साठे लेकाचा अगदी बावळट आहे. त्याला काही म्हणजे काही कळत नाही.

"साठ्या, चल इकडे ये." मास्तरांनी करड्या सुरात हुकूम सोडला. साठे भीत भीत आला तसा त्यांनी त्याचा कान धरला आणि जोरात पिरगळला. दोन्ही पाय आपटीत साठे थयथया नाचायला लागला. ओरडायला लागला.

"अकलेच्या कांद्या, शिवाजी शनिवारवाड्यात राहत होता का?"

"न...नाही." साठे घाबरून ओरडला.

"मग कुठे राहत होता? मी काय सांगितलं होतं?"

"ज-जि-जिजामाता बागेत. वसंत टॉकीजजवळ."

"बघा, बघा अक्कल –"

साठ्याचे उत्तर ऐकून मास्तर आणखी भडकले. त्यांनी त्याला चांगलाच चोपला. त्याच्या कानाचे अगदी भजे झाले. पाठही लाल झाली. त्याच्या मागोमाग हळूहळू इतर मुलांना बोलवायला सुरुवात झाली. मास्तर प्रत्येकाने लिहिलेला मजकूर वाचून दाखवू लागले आणि त्याला झोडपू लागले. एकाने हुमायून हा बाबराचा बाप असून, बाबराने त्याला देशोधडीला लावले व स्वत: राक्षसतागडीशी लढाई करून दिल्लीची गादी बळकावली, असे ठामपणे म्हटले होते. त्याबद्दल त्याला चांगलाच चोप बसला. इतका की, पुन्हा आपण अशा रीतीने दिल्लीची गादी कधीही बळकावणार नाही, असे त्याने रडतच कबूल केले. दुसऱ्या एकाने लिहिले होते की, शेरशहाने फूटपट्टीने जमीन मोजली आणि घोड्यांना डाग दिले. मास्तरांनी त्याला फूटपट्टीने बडविले. कुणी नूरजहान ही जहांगीरची सख्खी आई असल्याचे शपथपूर्वक लिहिले होते. कुणी, शहाजहानला ठार मारून औरंगजेबाने आपल्या बापाच्या वधाचा सूड घेतला असे म्हटले होते. या सगळ्यांना मास्तरांनी चांगलेच बडवून काढले. कोणाचे कान पिरगळले. कोणाला फूटपट्टीने ठोकले, तर कोणाच्या पाठीत धपके घालून चोपले आणि मगच सगळ्यांना पेपर दिले.

वर्गात सगळीकडे रडारड झाली.

आता टेबलावर एकच पेपर राहिला होता आणि तो माझा होता. मी मनातल्या

मनात आनंदाने नाचायला लागलो.

अखेर मास्तरांनी माझा पेपर उचलला.

"मोरेश्वर खंडो वसईकर –"

माझ्या पेपराची मी किती वेळ वाट पाहत होतो. आपल्या पेपरात असे काही नाही, याची मला खात्री होती. या पेपरात आपल्याला नक्कीच सर्वांत जास्त गुण मिळाले आहेत. मोठ्या उत्सुकतेने मी उठून उभा राहिलो.

मास्तरांनी माझ्याकडे थोडा वेळ टक लावून पाहिले. असे पाहिले की, मला एकदम भीती वाटू लागली. आपले काही चुकले तर नाही?

मास्तरांनी एकदा नाक शिंकरले. पुन्हा एकदा तपकीर ओढली.

"वा! बरं वाटलं... वसईकर –"

"काय सर?"

"तुझा पेपर खूपच चांगला आहे."

"होय सर. मस्त लिहिलाय मी." मी म्हटले.

"खामोश! मध्ये बोलू नकोस."

"बरं."

"इतर मुलांसारखा तू इतिहासाचा खून मुळीच केलेला नाहीस. सगळ्या प्रश्नांची उत्तरं तू तशी बरोबर लिहिली आहेस. पण –" मास्तरांनी परत माझ्याकडे टक्कर घेणाऱ्या एडक्यासारखे पाहिले. माझ्या अंगावर काटा आला.

"पण काय सर?"

"पण तू जरा जादा शहाणा दिसतोस! महंमद तुघलक हा असाच अतिशहाणा होता. त्याचं भयंकर नुकसान झालं."

मला काही कळलं नाही. मी आपली होय, नाही अशी दोन्ही अर्थाने मान हलविली.

"मान काय हलवितोस मूर्खा? तू काय शिष्ट समजतोस स्वतःला?"

"न-नाही सर." मी चाचरत बोललो.

"मग हे काय लिहिलंस पेपरात?"

"काय?"

"शिवाजीला मुळीच लिहिता-वाचता येत नव्हतं."

"होय सर, शिवाजीला लिहिता-वाचता येत नव्हतं." मी धीर करून म्हणालो, "आमचे बाबा म्हणतात –"

पण मास्तरांनी मला काही पुरतं बोलू दिलं नाही. बकोटीला धरून ओढत नेलं आणि टेबलाजवळ उभं केलं. मग फाडदिशी मुस्काडीत दिली. इतक्या जोराने की, अगदी डोक्यापर्यंत झिणझिण्या आल्या. महंमद तुघलक खडान्खडा आठवला.

मला एकदम रडू आलं.

"कांगावा करू नकोस, पुन्हा. इतिहासात चुकांना जागा नाही." मास्तर ओरडले, "चल जा, जाग्यावर बैस."

मी रडत रडतच जागेवर जाऊन बसलो.

मास्तर फारच भडकलेले दिसले. लालबुंद तोंडाने त्यांनी बराच वेळ व्याख्यान दिले. रडत असल्यामुळे मला काही त्यांचे बोलणे तितकेसे ऐकू आले नाही. पण शिवाजीमहाराजांना लिहिता-वाचता येत होते असे काहीतरी ते एकसारखे सांगत होते. खरा इतिहास, ऐतिहासिक कागदपत्रे, शिवाजीकडे पाहण्याची दृष्टी, असले काही काही शब्द ते मधूनमधून सारखे उच्चारीत होते. त्यांच्या आवेशावरून मात्र असे वाटले की, आमच्या मास्तरांनी स्वतःच शिवाजीला लिहिणे-वाचणे शिकविले असावे. त्या वेळी त्यांचे नाव दादोजी कोंडदेव असावे इतकेच. त्याशिवाय ते इतक्या खात्रीने कसे बोलतील?

मास्तर आणखीही बोलले असते. पण तेवढ्यात तास संपल्याची घंटा झाली. त्यांनी मग आवरते घेतले. तरी जाता जाता त्यांनी मला बजावलेच,

"पुन्हा लक्षात ठेव नीट. शिवाजीला लिहिता येत होते."

"आणि वाचता?" मी जिज्ञासेने विचारले.

"ते पण येत होते. पुरावे आहेत."

"बरं." मी मान हलविली.

"पुन्हा असली भयंकर चूक करू नकोस. इतिहास म्हणजे काय गंमत आहे? अरे वा!"

मास्तर निघून गेले, तरी मी बराच वेळ विचार करीत होतो. शिवाजीमहाराज हे इतके थोर पुरुष होते की, त्यांना लिहिता-वाचता येत नव्हते असे म्हणणे मूर्खपणाचे आहे, असे मास्तरांनी फिरून-फिरून बजावले होते. हे म्हणणे पटण्यासारखे होते. पण मग बाबांनी असे कसे मला सांगितले? बाबासुद्धा खूप असले वाचतात. जुन्याजुन्या पोथ्या धुंडाळीत बसतात. चष्म्यातून एकेक अक्षर वाचतात. त्यांनी मला चुकीचे का सांगितले बरे? विचारले पाहिजे.

रात्री मी बाबांच्या डेस्कपाशी गेलो. म्हणालो,

"बाबा –"

कंदिलाच्या उजेडात बाबा कुठले तरी जुने मोडीपत्र वाचीत होते. बाबा चष्मा लावतात आणि त्याच्यावरून सगळ्यांकडे पाहतात. ओठ हलवीत मोठ्यांदा वाचल्यासारखे मनात वाचतात. माझ्याकडे लक्ष न देता ते म्हणाले,

"काय रे?"

"बाबा, शिवाजीमहाराज आहेत ना आपले –"

“आहेत नाही, होते. सध्या नाहीत ते.”

“तेच. त्यांना लिहिता-वाचता येत होतं?”

बाबांनी एकदम वाचन थांबविले. त्यांचा चेहरा खुलल्यासारखा दिसला. डोळ्यांवरचा चष्मा त्यांनी कपाळावर ठेवला. माझ्याकडे न्याहाळून पाहिले. मग कौतुकाने विचारले–

“का रे बुवा?”

“काही नाही. उगीच.”

“मुळीच येत नव्हतं.”

“पण ते थोर पुरुष होते ना?”

“अर्थात! मी तसं सिद्धच केलंय माझ्या नव्या पुस्तकात.”

“सिद्ध केलंय म्हणजे काय?” मी विचारलं.

“सिद्ध केलंय म्हणजे – म्हणजे दाखवलंय.”

“मग त्यांना लिहिता-वाचता येत नव्हतं, असं म्हणणं मूर्खपणाचं आहे.” मी म्हणालो.

त्याबरोबर बाबांनी फाडदिशी माझ्या तोंडात दिली. मास्तरांनी मारली त्यापेक्षा जोरात. डोके एकदम गरगरलेच. गाल काळानिळा झाला. गालाला हात लावून मी रडू लागलो.

“गाढवा, मला शहाणपण शिकवतोस?” बाबा संतापाने थरथर कापत म्हणाले, “मला? सबंध जन्म गेला माझा यात. एक सबंध प्रकरणच लिहिलंय मी याच्यावर शंभर पानांचं. कुणी छापणारा भेटेना म्हणून – नाहीतर एकेकाला असा लंबे करून टाकीन की बस्स! –”

मी रडतरडत विचारले,

“लंबे करीन म्हणजे काय?”

“तोंड फोडीन तोंड. थरथरा कापले पाहिजे माझ्यापुढे. हां! अभ्यासच तसा आहे. काय, आहे की नाही?”

“हं... होय.” मी गाल चोळला.

“अन् मग? – शिंगं फुटली काय तुला?”

मी नकळत डोक्याला हात लावला. चाचपले. मान हलविली.

“कोणता गद्धा म्हणाला तुला हे?”

“आमचे मास्तर आहेत ना इतिहासाचे, ते. बाबा, तुम्ही त्यांना लंबे करून टाका. त्यांनी माझ्या मुस्काडीत दिली.” मी रडकुंडीला येऊन बोललो.

“त्याला म्हणावं, पुरावा दाखव.” बाबा चिडल्यासारखे दिसले. “चुकीचा इतिहास शिकवू नकोस. शिवाजीचं एक तरी पत्र दाखव.”

“मास्तरांना आलेलं?”

“छट्! काहीतरी मूर्खासारखं बोलू नकोस. त्यांना म्हणावं निदान तसा उल्लेख

दाखव. उगीच गमजा नकोत.''

"बराय.'' मी मान हलविली. गालावरचे ओघळ पुसले.

बाबा ओरडले, "नुसती नंदीबैलासारखी मान हलवितोस? विचार. पुरावा दाखव म्हणावं.''

"पुरावा म्हणजे काय बाबा?''

"पुरावा म्हणजे कागदपत्रं. अस्सल कागदपत्रं.''

मग बाबांनी मला बराच वेळ कागदपत्रांसंबंधी माहिती सांगितली. सगळे काही मला समजले नाही. एवढे मात्र कळले की, इतिहासात पुरावा फार लागतो. त्याशिवाय पुस्तकात एक ओळही लिहिता येत नाही. हा पुरावा म्हणजे खूप कागद असतात. ते जुने पाहिजेत. पिवळे पिवळे, फाटके आणि कुणाला लवकर न वाचता येण्यासारखे. असे कागद गोळा करतात आणि मग त्यांच्यावरून मोठी भांडणे करतात. आपण काहीतरी बोलायचे आणि या कागदाकडे बोट दाखवायचे. बोलायचे आणि कागद दाखवायचे. मग ज्याचा आवाज मोठा, त्याचे म्हणणे सगळे ऐकतात. तो इतिहासाचे पुस्तक छापतो.

बाबांनी खूपच माहिती सांगितली. आमच्या मास्तरांनी अशी माहिती सांगितली नव्हती. ते नुसता इतिहास शिकवितात. कागदाकडे मुळीच बोट दाखवत नाहीत. कागद आणीतच नाही मुळी वर्गात... हुडुत्!...

मी बाबांना हे सांगितले तेव्हा ते तुच्छतेने हसले.

"हुं!... अरे, तो काय कागद दाखवितो? नुसती पुस्तकं वाचून शिकवितो. त्याला काय अक्कल लागते काय?''

"नाही लागत बाबा?''

"मुळीच नाही. जा, उद्या विचार जा. अन् काय म्हणतो ते मला येऊन सांग.''

दुसऱ्या दिवशी मी वर्गात टपूनच बसलो. केव्हा एकदा देशपांडे मास्तर वर्गात येतात आणि केव्हा एकदा मी त्यांना विचारतो, असे मला झाले होते. बाबांनी सांगितलेले शब्द पुन:पुन्हा मनाशी आठवून मी मास्तरांची वाट पाहत होतो.

देशपांडे मास्तर नेहमीप्रमाणे वर्गात आले. खुर्चीवर बसले. नाक शिंकरून त्यांनी ते धोतराने स्वच्छ केले. मग तपकिरीची डबी काढून त्यांनी पिवळीधमक तपकीर नाकात ठासली. एक चमत्कारिक आवाज निघाला. समोरची दोन-तीन मुले त्या वासाने शिंकली.

मग दोन्ही हात एकमेकांवर झटकून मास्तरांनी डोळे मिटले.

"आऽ हाहा! वा! काय बरं वाटलं!''

मग त्यांनी पिवळ्याधमक झालेल्या मिशा साफ केल्या. उठून उभं राहून ते म्हणाले,

"तर... गेल्या सहामाहीअखेर आपण –"

एवढ्यात मी उठलो.

"सर –"

मास्तरांनी कपाळाला आठ्या घातल्या.

"काय रे?"

"सर, शिवाजीला लिहिता-वाचता येत होतं ना?"

हा प्रश्न ऐकून मास्तर माझ्याकडे विचित्रपणे पाहू लागले. त्यांचे डोळे लकाकले.

"अर्थात! पुन:पुन्हा तेच काय विचारतोस?"

"पण याला पुरावा काय?"

"काय?" मास्तर ओरडले. त्यांच्या मिशा एकदम केरसुणीसारख्या दिसू लागल्या.
"पुरावा!"

"गाढवा, तू मला पुरावा मागतोस? कान लांबले काय तुझे?"

मी मान हलविली.

"मग?"

"माझे बाबा म्हणाले, पुराव्यावाचून बोलू नका. कागद दाखवा. पिवळेपिवळे
अन् फाटके."

"पिवळे-पिवळे अन् फाटके?" मास्तरांनी डोळे वटारले. "असं काय? माझी
चेष्टा चालवलीस काय? त्यांना म्हणावं, दाखवेन. कागदसुद्धा दाखवीन. तुम्ही काय
समजलात?"

बोलतबोलता त्यांनी कोटाच्या खिशात हात घातले. मला आश्चर्य वाटलं. पुरावा
इतक्या जवळ, त्यांच्या खिशात असेल अशी मला कल्पना नव्हती. तरी मला
वाटलेच, खिशात कागद ठेवल्याशिवाय आमचे मास्तर इतक्या खात्रीने बोलायचे
नाहीत. मास्तर तसे फार हुशार आहेत. कुणाला लवकर ऐकायचे नाहीत. शिवाजीलासुद्धा
ऐकायचे नाहीत.

मी टेबलाजवळ गेलो. हात पसरला.

"द्या."

"काय द्या?" मास्तर एकदम खेकसलेच. मी घाबरलो.

"प-पुरावा. पिवळे-पिवळे कागद. खिशात आहेत ना तुमच्या?"

हे ऐकल्यावर मास्तर एकदम इतके भडकले की, त्यांचा चेहरा तांबडालाल
झाला. खिशातला हात काढून त्यांनी फाडदिशी माझ्या तोंडात भडकावली.
त्याच्यापाठोपाठ दोन-तीन गुद्देही पाठीत घातले. इतक्या जोरात की, मी पहिल्या
बाकावर जाऊन आपटलो. बाकावर दोन्ही मुलांच्या अंगावर पडलो. ती दोन्ही मुलं
एकदम घाबरली आणि रडायला लागली. माझेही नाक चेमटले. गाल झणझणत

राहिला. पाठही चांगली दुखू लागली.

मग मास्तर एकाएकी ओरडले,

"उठ तिथनं. चल जा, जागेवर बस."

गाल चोळतचोळत मी जागेवर गेलो. हुंदके देत राहिलो.

"पुरावा पाहिजे काय? देईनदेईन. पुरावासुद्धा देईन म्हणावं. मीही काही कच्च्या गुरूचा चेला नाही."

कच्च्या गुरूचा काय? मला काही नीटसे समजले नाही. मास्तर चिडले म्हणजे असेच काहीतरी बोलतात. मनात आले होते एकदा विचारावा याचा अर्थ. पण पुन्हा मुस्कटात बसेल म्हणून मी काहीच बोललो नाही. नुसता त्यांच्याकडे बघत राहिलो. गाल चोळत अन् कपाळावर आठ्या घालून!

हात फिरवून मास्तरांनी पुन्हा मिशा साफ केल्या. दातओठ खात घोगऱ्या आवाजात ते म्हणाले, "जा, तुझ्या बाबांना म्हणावं, पैठण नावाचं गाव तुम्हाला माहीत आहे का?"

"होय सर. त्यांना माहीत आहे."

"ऐक मूर्खा, मध्येच बडबड करू नकोस."

"बरं."

"तिथल्या क्षेत्रोपाध्याच्या वहीत शिवाजीचं अक्षर सापडलं आहे म्हणावं. जगजाहीर गोष्ट आहे. पण झापडं लावून हिंडणाऱ्याला कसं कळणार हे?... जा, तूर्त एवढंच सांग. म्हणजे त्यांची जीभ टाळ्याला चिकटून बसेल."

"अन् कागदपत्रं!..." मी घाबरत घाबरत बोललो.

"तू सांग नुसतं. फाजीलपणा करू नकोस."

"बरं."

त्या दिवशी मास्तरांनी सगळा तास त्यात घालविला. पैठणमध्ये शिवाजीचे अक्षर कसे सापडले आहे आणि ते शिवाजीचेच कसे आहे, याबद्दल ते खूप वेळ बोलत होते. मला एक शब्द समजला नाही. पण मास्तरांनी खूप मोठमोठे शब्द सांगितले. मोठमोठ्या लोकांची नावे भराभर घेतली. इतका वेळ बडबड केली की, आम्ही सगळी मुलं अगदी घाबरून गेलो. सबंध तासभर चुपचाप बसून राहिलो. एक अक्षर मध्ये बोलण्याची कुणाची छाती झाली नाही.

रात्री बाबांची गाठ पडेपर्यंत मी बरेचसे विसरूनही गेलो होतो. बाबांनी मला हाक मारली आणि काय झाले म्हणून विचारले. तेव्हा मी मनाशी आठवू लागलो, पण नीटसे काही आठवेना.

बाबा उत्सुकतेने वाट पाहत होते. मी अं...अं करीत घुटमळू लागलो तेव्हा ते चिडले. मग मी आठवण्यात वेळ घालविला नाही. लगेच सांगून टाकलं –

"अं... मास्तर म्हणाले की, कुठलीशी एक पैठणी आहे आणि त्यात एक वही आहे. त्यात शिवाजीनं लिहून ठेवलेलं आहे."

बाबा तुच्छतेने हसले. त्यांनी चष्मा कपाळावर ठेवला.

"पैठणी नव्हे पैठण! ही तर तुझ्या मास्तराची अक्कल!"

"हो, हो."

"तिथं काय सापडलंय ढेकळं?"

"शिवाजीचं अक्षर म्हणाले मास्तर."

"हो, पण कसली अक्षरं? विचारलं का?"

मान हलवून मी नाही म्हणून सांगणार होतो. पण तेवढ्यात बाबांच्या तोंडाकडे माझे लक्ष गेले. ते बरेच संतापलेले दिसले. आता जर मी नाही म्हटले तर आपल्याला एक जोरात टोला बसेल अशी मला भीती वाटली. मग मनाशी थोडा विचार केला आणि बेधडक सांगून टाकलं,

"हो, विचारलं ना!"

"शाबास! मग काय उत्तर दिलं लेकाच्यानं? कसली आहेत अक्षरं?"

"ग-म-भ-न!" मी ठोकून दिले.

"ग-म-भ-न?" बाबा आश्चर्याने म्हणाले, "शिवाजी काय पैठणला अक्षर गिरवायला गेला होता काय!... मोठा बनेल दिसतो तुझा हा मास्तर! अरे, पोरं दिसली म्हणून वाटेल त्या थापा मारायच्या म्हणजे काय? इतिहास संशोधकाला ही भूमिका काही तितकीशी अनुकूल –"

"आणि बरं का बाबा, ते म्हणाले –"

"काय काय? ऐकू देत तर खरी मुक्ताफळं!"

"ते म्हणाले, मी काही कच्चा पेरू नाही."

"कच्चा पेरू?"

"हो. असे म्हणाले बुवा!"

"बरं, बरं, पुढे?"

"ते म्हणाले की, एवढंच सांग. म्हणजे बाबांची जीभ टाळूला चिकटेल. खरंच चिकटेल बाबा?"

त्याबरोबर बाबांनी काडदिशी माझ्या गालावर आवाज केला. चेहरा फारच भीषण केला.

"अस्सं! मी कच्चा पेरू काय? अरे देशपांड्या –"

बाबांनी रागारागाने बराच वेळ बडबड केली. त्यावरून मला समजले की, पैठणची ती अक्षरे शिवाजीची नाहीत. तसे सिद्ध करणारा पुरावा मुळीच नाही. शिवाजीमहाराजांना लिहिता-वाचता येत नव्हते हीच गोष्ट खरी आहे. देशपांडे

मास्तरांनाच काही कळत नाही. तसे कळत असते तर ते मास्तर कशाला राहिले असते? ज्या माणसाला पैठण आणि पैठणी यातला फरक कळत नाही, त्याला काय म्हणावे?

बाबांचे बोलणे पुरे होईपर्यंत मी गाल चोळीत होतो. सगळे संपल्यावर बाबा म्हणाले,

"तुला अकबर माहीत आहे मोऱ्या?"

"हो, आमच्या वर्गातच आहे तो –" मी मान डोलवली.

बाबांनी माझ्याकडे चमत्कारिक दृष्टीने पाहिल्यासारखे मला वाटले.

"तुझ्या वर्गात आहे?"

"होय."

"कोण?"

"अकबर मोमीन. त्याची परवाच सुंता झाली, बाबा."

"हॅट्, तो नव्हे. अकबर बादशहा म्हणतोय मी."

"हां, हां! तो झालाय आमचा."

"त्यालाही लिहिता-वाचता येत नव्हतं. पण तरी तो शहाणा बादशहा होऊन गेलाय की नाही? मग?"

"त्याला शिकवायला कुणी मास्तर नव्हते बाबा?"

"होते. पण त्या दोघांनी मिळून नुसते पतंग उडविले लहानपणी. हा: हा:!" बाबा हसले, "शिवाजीही तसाच होता. जा, सांग जा तुझ्या मास्तराला. म्हणावं, मी काही बोंडल्यानं दूध पीत नाही."

"मी पण उडवू पतंग बाबा?"

"पतंग?... चल, उठ इथनं आधी. नाहीतर आणि एकदा कानफडीत लगावतो. चावट लेकाचा!....."

बाबांनी हात उगारलेला दिसला. त्याबरोबर मी पळतपळत अंथरुणावर जाऊन पडलो. अंगावर पांघरूण घेऊन गुडूप झोपलो. बाबांनी मास्तरांना काय काय सांगायला सांगितले आहे याची आठवण करता करता केव्हा झोप लागली, ते मला कळलंही नाही.

पुढच्या दोन दिवसांत इतिहासाचा तास मुळीच नव्हता. त्यामुळे मी सगळे विसरून गेलो. बाबांनी आपल्याला काही सांगितले आहे, हे माझ्या लक्षात राहिलेच नाही. दोन दिवसांनी इतिहासाचा तास आला आणि देशपांडे मास्तर वर्गात आले तेव्हा मला एकदम आठवण झाली. नीटसे काही आठवेना. मी अगदी घाबरून गेलो. मास्तरांनी काही आठवण केली नाही, तर आपण काही बोलायचे नाही असे मी मनात ठरवून टाकले.

वर्गात आल्याबरोबर मास्तरांनी नेहमीप्रमाणे खुर्चीत मांडी घातली. तपकिरीचा जोरदार कार्यक्रम केला. मग एकदम माझ्याकडे दृष्टी वळविली. माझ्या पोटात गोळा आला.

"वसईकर –" मास्तर ओरडले.

लटालटा कापत मी उभा राहिलो.

"काय म्हणाले तुझे बाबा?"

मी मनाशी सारखा आठवू लागलो. डोके खाजवू लागलो. पण लवकर काही ध्यानात येईना. आता काय करावे?"

"का? दातखिळी बसली का आता?"

"नाही." मी दात दाखविले.

"मग?"

ह्या वेळपर्यंत मला थोडे थोडे आठवले.

"बाबा म्हणाले, अकबर बादशहा पतंग उडवीत होता."

"बरं मग?"

"आणखीन, बाबा म्हणत होते – मी काही दूध पीत नाही."

"मी काही दूध पीत नाही? म्हणजे?" मास्तरांना आश्चर्य वाटले असावे. कारण त्यांनी तोंड उघडून ते तसेच ठेवले होते.

"काय की बुवा."

मास्तरांच्या मनाचा गोंधळ उडालेला दिसला. काही न बोलता ते बराच वेळ स्वतःशीच काहीतरी पुटपुटत होते. थोड्या वेळाने त्यांनी पुन्हा एकदा तपकीर ओढली. डोळे मिटले. म्हणाले, "काय बरं वाटलं बुवा."

थोडा वेळ असाच गेला.

मग मास्तर तोंडे वेडीवाकडी करीत म्हणाले,

"अस्सं! आता आलं माझ्या लक्षात. अकबर बादशहा पतंग उडवीत होता काय?... म्हणजे तो जसा उडाणटप्पू, तसा मी आहे असं म्हणायचं असेल तुझ्या बापाला! अरे वा!... अन् पुन्हा वर म्हणतो की, काही दूध पीत नाही! म्हणजे काय?"

"आमचे बाबा चहा पितात, सर." मी स्पष्टीकरण केले.

"बरं मग? चहाचा अन् दुधाचा संबंध काय इथं? तरीच लेका तुझी पुस्तके कुणी छापीत नाही."

मी अदबीने विचारले, "हे मी बाबांना सांगू का सर?"

त्याबरोबर मास्तर तरातरा चालत माझ्याकडे आले. माझ्या पाठीत एक जोराचा रट्टा हाणला. मी मटकन खालीच बसलो.

"गाढवा, इतिहास संशोधन आहे का चावटपणा आहे? हो, पितो मी दूध, नाही कोण म्हणतो? ते इथं काढायचं कारण काय? दुधाचे पैसे राहिलेत माझे द्यायचे. चार नाही, मी म्हणतो सहा महिन्यांचे राहिले असतील. तुला त्याच्याशी काय करायचं? मुद्दा सोडून बोलू नका म्हणावं. मुद्द्यावर या. उगीच फाजीलपणा चालणार नाही हां.''

मास्तर रागारागाने खूप वेळ बोलत होते. त्यांच्या कपाळावरच्या शिरा ताडताड उडत होत्या. नाकपुड्या एकसारख्या हलत होत्या आणि तोंड लालभडक झाले होते.

"जा, आता शेवटचं सांग तुझ्या बापाला –'' ते तणतणले, "म्हणावं, मुद्द्यावर या.''

"कुठं या?''

"मुद्द्यावर.''

"बराय.''

"अन् दुसरा पुरावा फेकतो तोंडावर. घे. म-हा-दे-व.''

"महादेव? म्हणजे काय सर?''

मास्तरांनी पुन्हा दुसरी गोष्ट सांगितली. कुठल्याशा माणसाला लिहिलेले एक पत्र सापडले आहे आणि त्याच्यावर 'म-हा-दे-व' अशी अक्षरे आहेत. ती शिवाजी महाराजांचीच आहेत. अगदी खात्रीने! मास्तरांनी हे इतक्या ठाशीवपणे सांगितले की, शिवाजी महाराजांच्या अक्षराचे वळण त्यांना बरोबर माहीत असावे असे मला वाटले.

संध्याकाळी घरी गेल्यावर बाबांनी मला हाक मारली तेव्हा मी चांगलाच घाबरलो. आता काहीतरी होणार आणि बाबा पुन्हा आपल्याला चोपणार. हे असे किती दिवस चालायचे? रोज इतका मार खायचा म्हणजे काय? ते काही नाही. आता पुन्हा काही अक्षर म्हणून सांगायचे नाही कुणाला. सांगितले की, ठोक मिळतो. नकोच ती भानगड!

बाबांनी दोन-तीन हाका मारल्या तरी मी तिकडे लक्षच दिले नाही. शेवटी बाबा वसकन ओरडले. तेव्हा मात्र काही इलाज उरला नाही. मुकाट्याने गेलो. गंभीर चेहरा करून समोर बसलो.

"मोऱ्या, सांगितलंस मास्तरांना?''

मी मान हलविली.

"मग? काय म्हणाले ते?''

"काही नाही.''

बाबांनी माझ्या तोंडाकडे नीट न्याहाळून पाहिले. बराच वेळ पाहिले. मी दृष्टी चुकविली हे बघून त्यांनी दरडावले,

"खोटं बोलतोस? खरं सांग. नाहीतर माझ्याशी गाठ आहे. बोल लवकर.''

आता काही उपायच नव्हता. मी डोके खाजवू लागलो. मुस्काटात खायची तयारी ठेवली अन् आठवू लागलो.

"बोल लवकर. नाहीतर हाणीन बघ गुद्दा." गुद्दा म्हटल्याबरोबर मला आठवले. मी घाबरून ओरडलो, "नको-नको, सांगतो मी."

"बोल लवकर."

"मास्तर फार रागावले होते बाबा. म्हणाले, आता शेवटचं सांगतो –"

"शेवटचं?" बाबा जरा बिचकलेले दिसले. का ते मला काही कळले नाही.

"काय सांगितलं?"

"कुठल्याशा देवाचं नाव घेतलं बघा त्यांनी. काय बरं... हां जय बजरंग!"

"जय बजरंग?" बाबा दचकून म्हणाले.

"आणखी?"

"आणखी काय? आता गुद्द्यावर या म्हणाले. उगीच फाजीलपणा चालायचा नाही. गुद्दा –"

मी आणखी काही बोलणार होतो. पण बाबांचा चेहरा एकदम पांढराफटक पडलेला दिसला म्हणून थांबलो. एक शब्द न बोलता ते गप्प बसून राहिले. त्यांचा हात कापतो आहे असा मला भास होऊ लागला. मला मोठे आश्चर्य वाटले. हे असे एकदम काय झाले? बाबांना बरे नाही काय?

"काय झालं बाबा?"

"अं – काही नाही." बाबा दचकून बोलले. "हे बघ, उद्यापासून हा विषय बंद मोऱ्या. काय समजलं?"

"उद्यापासून बंद."

"बंद! मास्तरांनी विचारलंच तर म्हणावं, तुमच्या म्हणण्यातही तसं तथ्य आहे. शिवाजीला अगदीच लिहिता-वाचता येत नसेल, असं माझं काही म्हणणं नव्हतं. तसं जरा सफाईनं येत नव्हतं, इतकंच माझं म्हणणं होतं."

"सांगेन बाबा."

"जा पळ. आता खेळायला जा."

बरेच दिवसांनी त्या दिवशी रात्री मला शांत झोप लागली. कुठलाही मार न खाता मी सुखरूप झोपलो. रात्री मोठे स्वप्न पडले. स्वप्नात मी रायगडावर गेलो. बघतो तो सिंहासनावर बसून शिवाजी महाराज पेन्सिलने पाटीवर काहीतरी लिहीत होते. मी त्यांना नमस्कार केला तेव्हा माझ्याकडे बघून ते गोड हसले. हळूच मी पाटीकडे पाहिले. 'ग म भ न' अशी मोठे अक्षरे त्यावर काढलेली होती. गिरविलेली होती.

मी आश्चर्याने विचारले,

"आं? महाराज, तुम्हाला तर चांगलं लिहिता येतंय की? कसं छान काढलंय ग म भ न!"

महाराज हसले आणि म्हणाले,

"अरे, पूर्वी तर फार छान येत होतं. पण आता अलीकडे दोन-तीनशे वर्षांत अजिबात सवय नाही ना? त्यातून तुम्ही लोक इतकी वर्षं भांडता आहात! मी स्वत: विसरूनच गेलो आपल्याला लिहिता-वाचता येतं की नाही ते! मग काय करणार? म्हणून जरा सवय करतोय."

मग मला अगदी जवळ बोलावून त्यांनी पाटी दाखवीत हळूच विचारले –

"पण काय रे, 'क'ला काना 'का'च ना?"

◻

प्रलय

आषाढ उलटून श्रावण लागला होता, तरी पावसाचा पत्ता नव्हता. राने नांगरून तयार होती आणि पेरण्या खोळंबल्या होत्या. पण पावसाने जी दडी मारली होती, ती कायमचीच. निळ्याभोर आभाळाकडे बघत लोक वाट बघत होते. काही उद्योग नसल्यामुळे ठिकठिकाणी बसून गप्पांचा अड्डा टाकीत होते. निरनिराळ्या विषयांवर चर्चा होत होत्या.

आज गणामास्तरच्या घरी बैठक बसली होती. गणामास्तर आदल्या दिवशी तालुक्याला गेला होता तो आलाच नव्हता. आता सकाळी येणार होता. तालुक्याला कुणाची काही, कुणाची काही कामे होती. शिवा जमदाड्याची तगाई यायची होती. गोपाळ रेड्याची कोर्टात केव्हातरी तारीख होती. राम खराताला काही सामान-सुमानाची गरज होती. त्या सगळ्या गोष्टींची चौकशी करून गणामास्तर येणार होता. म्हणून सगळे जण गणाच्या घरी जमले होते. गणामास्तरची वाट पाहत होते. खरे म्हणजे सकाळची टपालगाडी येऊन गेली होती. गणामास्तर काही त्या गाडीने आला नव्हता. टपालही आले नव्हते. आता दुसरी गाडी यायला दोन-तीन तास तरी अवकाश होता. पण कुणीच हलले नव्हते. एकदा भरलेली बैठक मोडणे, म्हणजे काही मजा नाही. नाहीतरी घरी जाऊन असा काय मोठा उद्योग होता? पावसाची वाट बघायची एवढेच ना? मग त्यापेक्षा इथे दहा-पाचजणांचा घोळका करून वाट बघता येत नव्हती थोडीच! घटकाभर गप्पाही होतात. इकडच्या तिकडच्या चार गोष्टी कळतात. मजा वाटते. वेळ जातो.

अशा विचाराने मंडळी गणामास्तराच्या बाहेरच्या ओट्यावरच थांबली होती. रामा खरात दाताला मिस्री लावण्याचा आवडता उद्योग करीत होता. शिवा जमदाडे उजव्या हातावरच्या रेघा आणि तीळ मोजत होता. गोपाळ रेडे उगीच आभाळाकडे बघत पावसाचा अदमास घेत होता. कुणी काही, कुणी काही उद्योग करीत होते. आणि तरीही एकमेकांशी बोलत होते. वेळ बरा चालला होता.

एवढ्यात बाबू पैलवान तिकडून आला.

बाबू मेहनत करून मारुतीला जाऊन आला होता. आज शनिवार असल्यामुळे नारळ फोडून बुक्का, अष्टगंध लावून आला होता. त्याच्या एका हातात प्रसादाचा अर्धा नारळ होता. दुसऱ्या हातात कसल्याकसल्या पुड्या होत्या.

ओट्यावर येऊन बसल्यावर बाबूने सामान बाजूला ठेवले. मांडी घातली. धोतराच्या सोग्याने गळ्याचा घाम पुसला. कोणकोण मंडळी आली आहेत ते बघितले. मग तो म्हणाला,

"भले, गणामास्तर कुठाय?"

रामा खरात मिस्त्री थुंकून बोलला,

"तालुक्याला गेलाय. तुला जसं ठावंच नसंल?"

"ठावं हाय. पर मला वाटलं, आत्तापतुर आला आसंल मागारी."

"आला असता तर दिसला नसता व्हय?"

"तसं नव्हं –"

"मग कसं गड्या?"

बाबूने रामाकडे एकदा रागाने पाहिले. जेव्हा-तेव्हा रामाचा आपला एकच ठेका. सारखं दुसऱ्याला आडवं लावायचं म्हणजे काय? ही काय वागण्याची रीत झाली? तो चिडून बोलला, "दिसला न्हाई म्हून तर इच्चारतोय म्यां."

रामा बोलला – "म्हनून तर सांगितलं बाबा की, आला न्हाई गना आजून. का त्यो आलाय आन् आमी खिशात लपवून ठेवलाय, आसं तर न्हाई ना? तुला वाटत आसलं तर तसं सांग."

गोपाळ रेडे मध्येच तोंड घालून बोलला,

"ए लेकानुं, रोजचं तुमचं मर्दानु कसलं रे भांडन? काव आला आमाला –"

बाबू म्हणाला,

"आता मी काय वाकडं बोललो का? ह्योच साडंशिटलीचा हाय. सरळ सांगायचं सोडलं बाजूला आन् रिकामा फाजीलपणा करायचा. त्याला सांग तू. दीन म्हनावं एक गुच्ची ठिवून."

यावर पुन्हा रामा काहीतरी बोलणार होता. पण आपले बोलणे ऐकायला कुणी राजी नाही असे त्याला दिसले, तेव्हा तो गप्प बसला. आभाळाकडे बघू लागला. चाललेल्या गप्पा थोडा वेळ बंद झाल्या. कुणीच काही बोलले नाही.

असाच थोडा वेळ गेला.

लोकांना कंटाळा आला. ऊन वर चढले. गप्पाही रंगेनात. गणाचीही लवकर वाट नाही. बास झाले. आता सरळ घरी जावे हे बरे.

ज्ञानू वाघमोडे मनाशी असा विचार करीत थांबला आणि मग थोड्या वेळाने

म्हणाला,

"बराय, जातो घरी. लई टाईम झाला."

शिवा जमदाड्याचे सगळे तीळ मोजून झाले होते. तो कानाजवळचे केस खाजवीत म्हणाला,

"का रं ज्ञानु, बस की मर्दा."

"नगं, कटाळा आला."

"कटाळायला काय झालं? कायबाय काडायचं, बोलायचं. बोलन्यातनं बोलनं निघतं. मंग जरा मज्जा येती."

"काय मज्जा यीना. मघाधरनं बसलोय मी."

शिवालाही हे बोलणे मनापासून पटले होते. आज काही गप्पा रंगत नव्हत्या, एवढी गोष्ट खरी. का कोण जाणे, पण मजा काही येत नव्हती. गणामास्तर नव्हता म्हणून तर गप्पा वाढत नव्हत्या? गणामास्तर काहीतरी वाचून दाखवितो. बातमी सांगतो. त्याच्यावरून बोलणं सुरू होतं. गप्पा रंगतात. बरोबर आहे. आज कुणी काही वाचून दाखविले पाहिजे. म्हणजे जमेल बरोबर सगळे.

या विचाराने शिवा म्हणाला,

"आरं, काय तरी वाचा की मायला. म्हंजे बगा कसं गुंगतंय मानूस. काढा, काढा काय तरी."

लोकांच्याही ध्यानात ही गोष्ट आली. शिवा म्हणतो ते बरोबर आहे. कुणीतरी वाचून दाखविले पाहिजे. ते नसल्यामुळेच वेळ तितकासा सुरेख जात नाही. पण वाचणार कोण? इथे कुणाला वाचायला येत होते?

प्रत्येकजण दुसऱ्याच्या तोंडाकडे बघू लागला. शिवा म्हणाला,

"मला येतंय उलीसं वाचाय खरं, पर आक्षरंच लागत न्हाईती."

रामाने विचारलं,

"का बरं?"

"कुनाला ठावं. हाल्लीच्याला आक्षरंच न्हायली न्हाईत पयल्यासारखी. पयली लई वळनदार आसायची. आन मोठमोठी लठ्‌ पुना! बारीक हाडकुळी मला लागतच न्हाईत. तू रं गोपाळा?"

गोपाळा रेडे बाबू पैलवानाच्या नारळाकडे नजर ठेवून होता. त्याला थोडीशी भूक लागली होती. त्यामुळे प्रसादाचा हा नारळ फोडून बाबूने थोडा थोडा वाटला तर बरं होईल, असे त्याला वाटत होते. त्याचे या बोलण्याकडे लक्ष नव्हते. त्यामुळे हाक मारल्यावर तो दचकलाच.

"आं?"

"तू का न्हाई वाचीत?"

"काय?"

"काय का हुईना. जे असेल ते."

"कोन म्हनलं मला वाचता येतं?"

शिवा आश्चर्याने म्हणाला,

"भले! मागं मोठ्या मानसास्नी शिकवायचा वर्ग निघाला हुता. त्यात तू जात हुतास की रं."

गोपाळ मान हलवून बोलला, "जात हुतो. पर ती साळा रातच्याला भरायची. मला लई झोप यायची. गेलो की डोळा गुरमाळायचा. रोजच्याला फस्कलास झोप हुयाची."

"मग?"

"मग काय? कसलं राव लिवनं अन् वाचनं. समदा बट्याबोळ. एक अक्षर लावायला धा मिंटं लागत्यात."

ज्यांना वाचायला येत होते त्यांचा हा प्रकार होता. बाकीच्यांचा तर काही प्रश्नच नव्हता. त्यांना लिहायला येत नव्हते आणि वाचायला पण येत नव्हते. काहीजण नुसते सह्याजीराव होते. काहीजण अंगठेबहाद्दूर होते. दोघांचाही काही उपयोग नव्हता. थोडक्यात म्हणजे कल्पना काढूनसुद्धा काही अर्थ नव्हता. प्रत्यक्ष वाचणार कोण?

शिवा जमदाडेही निराश झाला. आता बैठक मोडावी असे त्यालाही वाटू लागले. पण तेवढ्यात बाबू पैलवान सगळ्यांकडे बघत बोलला,

"मी वाचू का?"

"तू?"

रामा खरात त्याच्याकडे आश्चर्याने बघू लागला. एखाद्या हत्तीने सर्कशीत स्टूलावर बसून नमस्कार केल्यावर जसे आपल्याला आश्चर्य वाटते, तसे काहीतरी त्याला वाटले.

"त-तू वाचणार बाबू?"

"मग? तुला काय वाटलं?" गोपाळ रेडे नारळाकडे सरकत म्हणाला,

"बाबूला वाचता येत नसंल वाटलं व्हय तुला? शेणाच हायेस. नंबर वन् वाचतो त्यो. हां!"

शिवानं डोळे विस्फारून विचारले, "आं, बाबुराव, तुमी कवा शिकला लिवनं?"

बाबू ऐटीत म्हणाला, "लिहायला येत न्हाई. पण वाचाय शिकलोय मी –"

"कवा?"

"झाला महिना."

बाबूने मग खुलासा केला. कुस्त्याच्या फडासाठी तो गावोगाव हिंडत होता. त्या

वेळी त्याच्या बरोबरच फिरतीला एक शिकलेला पहिलवान होता. दोघेही पुष्कळ दिवस संगतीने हिंडत होते. त्या वेळी त्याने बाबूला चार अक्षरं वाचायला शिकविली होती.

"आता एकच हाय," बाबू म्हणाला, "मला फाष्ठ काय वाचायला येत न्हाई. सवडीसवडीनं, सवडीसवडीनं एकेक अक्षर वाचायचं."

कसे का असेना, बाबूला वाचायला येत होते आणि तो मोठ्या हौसेने वाचायला तयार होता ही गोष्ट महत्त्वाची होती. एवढे करायला तरी कोण तयार होते? हळूहळू का होईना, पण बाबूने काही वाचून दाखवले तर बरेच झाले. काहीतरी बोलता येईल. बैठक मोडणार नाही.

वाघमोडे मान हलवून म्हणाला,

"काय हरकत न्हाई. चालंल. सोडा गाडी बाबूराव तुमची जोरात."

बाबू इकडं तिकडं बघून म्हणाला,

"व्हय, पर वाचायचं काय? हित हाय कुटं वाचायला?"

गोपाळ रेडे आणखी जवळ सरकला. नारळाच्या अगदी जवळ गेला आणि म्हणाला,

"आसं करा बाबूराव तुमी. ह्यो नारळ वाटा परसादाचा –"

"आन् मग?"

"आन् या पुड्यातला बुक्का आन् आष्टगंध लावा समद्यांना. पुडीचा कागद करा मोकळा आन् वाचा कायतरी म्हंजे झालं."

बाबूने नकारार्थी मान हलविली.

"हॅट्! हितं परसाद वाटून घरी काय ढेकळं नेऊ मी? वा! शाणाच दिसतोयस लेका तू?"

"ऱ्हायलं, मग तसंच पुडीच्या वरनं वरनं वाच."

"अं हं. तसं न्हाई समजायचं. वर्तमानपत्र आफुट पायजे. ते आसलं तर वाचतो."

बाबू असं बोलला तेव्हा सगळ्यांची पुन्हा निराशा झाली. आजचे वर्तमानपत्र काही आले नव्हते. दुसरे कुठलेच नव्हते. मग वाचणार काय? इतका सगळा घाट जमून येऊन वाया चालला होता. एकूण आज देवच बऱ्यावर नव्हता. काही ना काही विघ्न निर्माण होत होते आणि गप्पा सुरू होत नव्हत्या.

रामा खराताच्या डोक्यात एकाएकी कल्पना आली. बाबूवर अविश्वास दाखविणारा चेहरा करून त्याने बाबूकडे दृष्टी लावली. उगीचच मान हलविली.

"तरी म्हटलं, मला वाचाया येतंय, वाचाया येतंय आसं कसं काय म्हणतोय गडी? आता कळालं."

बाबू डोळे विस्फारून म्हणाला,

"काय कळालं?"

"आरं, हितं न्हाईच वर्तमानपत्र. म्हणून तर तुज्या या गमजा. उगी आपली रिकामी आक्कड."

"म्हंजे मुद्दाम केलं म्हन की!"

"कसंही म्हन. आमचा काय इस्वास न्हाई एवढं खरं."

"आन् वाचून दाखवल्यावर?"

"वाचून दाखवल्यावर आमाला कबूलच हाय. का हो मंडळी? पर तू काय वाचून दाखवावं? तोंडच सांगतंय की तुजं."

रामा खराताचे हे बोलणे ऐकल्यावर बाबूचे डोके गेले. तो गडी खवळला. तांबडेलाल तोंड करून म्हणाला,

"आसं का? तर मग बगाच तुमी. गनामास्तराच्या घरातनं आणतो मी कालचा पेपर अन् वाचतो."

आणि तरातरा गणामास्तराच्या घरात घुसून इकडं तिकडं हुडकून बाबूने कालचे वर्तमानपत्र बाहेर आणलेही.

बाबूच्या या धाडसी स्वभावाबद्दल सगळ्यांनी त्याची फार स्तुती केली. गावात खरा मर्द आणि शूर पुरुष कोणी असेल तर तो बाबू पैलवानच होय, या मुद्द्यावर सर्वांचे एकमत झाले. त्यातून बाबू आता वाचायलाही शिकला होता. आता तर तो फारच मोठा झाला होता. त्याबद्दलही सगळ्यांनी त्याची खूपच वाखाणणी केली. इतकी की नेहरूंनंतर कोण, असा प्रश्न त्या वेळी विचारला असता तर, 'बाबू पैलवान' असेच उत्तर खात्रीने मिळाले असते. खोबऱ्याचा तुकडा तोंडात टाकून गोपाळ रेडे बोबड्या सुरात म्हणाला,

"हा, आवला आशीक बाबुराव. आता आसं काय वाचून दाखवाल की ॲहॅ! नुसतं ठ्वाय्!"

ज्ञानू म्हणाला,

"हां, अगदी ताजी बातमी वाचा."

"ताजी म्हंजे? एकदम गरमागरम. काय बाबू?"

"वाचतो की –"

असं म्हणून बाबूने वर्तमानपत्र मोठे केले. पसरले आणि जीभ नाकाला लावीत लावीत तो मनातल्या मनात वाचून पाहू लागला. एकेक अक्षर लावून पाहू लागला. मग त्याने मोठ्यांदा वाचले –

"आ-ण-खी आठ"

"आणखी आठ काय?"

“दि-व-सां-नी-”

“हो, पुढं काय?”

शिवा मध्येच बोलला, “आणखी आठ दिवसांनी काय हुवाचंय? ह्यो म्हैना संपनार आन् दुसरा सुरू हुयाचा... दुसरं काय आसनार हाये?”

रामा खराताने नाक मुरडले.

“मग ही काय बातमी झाली व्हय? येडताकच हायेस शिवा तू! आणखी आठ दिसांनी म्हायुद्ध सुरू हुनार आसंल. मी कायम सांगतो की!”

“कशावरनं?”

“तसं वारंच फिरत्यात सद्याच्याला.”

“ऊं हूं. मला वाटतंय, आठ दिसांनी आणखी पाऊस पडनार आसंल. आसलीच काय तरी बातमी आसनार.”

“बातमी ऱ्हाऊ द्या बाजूला. तुमचीच घनचक्कर चालू द्या.”

गोपाळ रेड्याने दोघांनाही चमकावले तेव्हा दोघेही गप्प बसले. बाबू पुढे काय वाचतो ते पाहत राहिले.

या मधल्या वेळात बाबूने वरचे शीर्षक वाचून टाकले होते आणि तो 'आ' करून त्या बातमीकडे पाहत होता. खालचा मजकूर शक्य तितक्या लवकर मनातल्या मनात वाचण्याची धडपड करीत होता. सगळेच जण उत्सुकतेने आपल्या तोंडाकडे पाहत आहेत हे पाहिल्यावर तो म्हणाला,

“जग बुडनार... आणखी आठ दिवसांनी जग बुडनार!”

हे ऐकल्यावर सगळ्यांच्या तोंडावर आश्चर्य पसरले. रामा खरात गोड भाषेत बोलला,

“बाबू, उगीच काय चेष्टा करू नगंस - मनाचं सांगू नगंस. नीट वाच.”

बाबूने मान हलविली. आपण बरोबर वाचले आहे, याची त्याला खात्री होती.

“एक अक्षर चुकल्यालं न्हाई म्हंतो तर. बातमीच अशी हाय. आठ दिसांनी ही दुनव्या बुडनार हाये.”

“फुडं काय लिवलेलं हाय ते तर नीट वाच. असं अर्धवट सांगू नगंस.”

“वाचतो की -”

बाबूने मान्यता दिली आणि मग 'र-ट-फ' करीत तो वाचू लागला. एकेक अक्षर करीत करीत एक शब्द आणि एकेक शब्द करीत एक पूर्ण वाक्य या गतीने त्याला ती सबंध बातमी वाचायला फक्त अर्धा तास लागला. शिवाय ती वाचताना त्याने इतक्या वेळा डोळे लहानमोठे केले आणि ओठांची इतकी चमत्कारिक हालचाल केली की, सगळ्यांना धसकाच बसला. बाबूचा सारखा बदलत राहणारा चेहरा बघता बघता अर्धा तास कसा गेला, हे कोणाला कळलेही नाही. सरतेशेवटी बाबूचे वाचन

संपले आणि लोकांना बोध झाला की, कुठल्याशा एका देशात भविष्य सांगणाऱ्या माणसांनी जग बुडणार असल्याचे भविष्य मागेच वर्तविले असून, आता ते खरे व्हायला फक्त आठच दिवस उरले आहेत. समुद्राला प्रचंड भरती येणार असून, त्यात सगळी दुनिया वाहून जाणार आहे. हे भविष्यवाले लोक स्वत: डोंगरावर उंच जाऊन राहणार असून, लोकांनीही तसे करावे अशी त्यांची आग्रहाची सूचना आहे. इतके करूनही आपले प्राण वाचतील की नाही याविषयी त्यांना शंकाच आहे. या बातमीने सगळ्या जगात खळबळ उडाली आहे. जिकडेतिकडे लोक भयंकर घाबरले आहेत.

बाबूने वाचून दाखविलेल्या बातमीचा हा सारांश होता. तो ऐकून स्वत: बाबूही घाबरला आणि इतर लोकही घाबरून गेले.

बराच वेळ सगळीकडे शांतता निर्माण झाली. कोणी काहीच बोलले नाही. जो तो एकमेकांच्या तोंडाकडे पाहत राहिला.

थोड्या वेळाने ज्ञानू वाघमोडे हळू स्वरात बोलला, "ऊं! आसलं काय तरी नेहमीच उठवित्यात लोकं. त्येच्यावर काय इस्वास ठिवायचा?"

पण हे बोलताना त्याचा आवाज इतका कापरा आला की, या म्हणण्यावर त्याचा स्वत:चाही विश्वास बसलेला नाही, हे सगळ्यांना कळून चुकले. बाबूने काढलेल्या उद्‌गारामुळे तर सगळ्यांची खात्रीच पटली.

बाबू म्हणाला,

"गणामास्तर इक्तं समदं धडाधड सांगतो आन् हीच बातमी कशी काय चोरून ठिवली त्येनं?... कायतरी घोटाळा हाये. बातमी खरी असल्याबिगर त्यो आसं करायचा न्हाई."

शिवा जमदाड्याला ही गोष्ट ताबडतोब पटली. याचे कारण त्याला कुठलीही गोष्ट लगेच पटत असे. त्यानेही बाबूच्या बोलण्यास दुजोरा दिला.

"आसंल हां बाबा! काय नेम न्हाई. मागं एकदा आसंच गणामास्तरनं केलं –"

"काय केलं?"

"मला म्हनाला तुजी रास व्रीषभ. तुला या आठवड्यात तरास हुईल. तर बायली खरंच झालं."

"आरं तिच्या मारी. काय झालं?"

"हागवन लागली. आठ दिवसांत नुसतं बेजार काम. ...मागाहून मला म्हनला, हे मला म्हाईतच हुतं पर तू घाबरशील म्हून सांगितलं न्हाई म्या."

शिवाने पुरवलेली ही माहिती ऐकून सगळ्यांना निश्चितपणे वाटले की, ही बातमी खरी ठरण्याचा संभव आहे. म्हणूनच गणामास्तरने आपल्याला त्याचा सुगावादेखील लागू दिला नाही. आणखी आठ दिवसांनी हे जग पाण्यात बुडणार हे नक्की. अगदी

पार बुडणार. कशाचा मागमूससुद्धा राहणार नाही. आता आपले आयुष्य फक्त आठ दिवस. आठ दिवस तरी कुठले? बातमी छापून दोन दिवस तरी झाले असतील. पाच-सहा दिवस तरी राहिले आहेत की नाहीत, कोण जाणे.

हां, हां म्हणता वातावरण बदलून गेले. सगळीकडे एकदम अवकळा पसरल्या - झाले. जो तो पांढऱ्याफटक तोंडाने मनाशी विचार करीत राहिला.

थोड्या वेळाने शिवा हलक्या आवाजात बोलला,

"किती खटपट केली, किती हेलपाटं केलं तगाई काढायला. आता तगाई यायला झाली अन् ह्यो परसंग आला!"

गोपाळाने या बोलण्याला मान हलविली.

"माजी याच म्हैन्यात कोरटात तारीख हाय. आता कशाची तारीख आन् कशाचं काय! फुकट वकिलाला पन्नास रुपये देऊन बसलो. नसतं दिलं तर बरं झालं असतं –"

"का बरं?" कुणीतरी विचारलं.

"आरं, आता काय उपेग हाय त्या पैशाचा? झाला का न्हाई इनाकारन चुराडा?"

"आन् त्या वकिलाला तरी त्याचा काय उपेग आहे? समदी दुनव्याच जलबंब हुनार तिथं वकील काय करनार है!"

गोपाळला ही गोष्ट पटली. आपले पैसे गेले ते, पण निदान वकिलालाही त्याचा फारसा फायदा नाही, हे लक्षात आल्याबरोबर त्याला जरा बरे वाटले.

बाबू पैलवान उगीच एवढेसे तोंड करून हे बोलणे ऐकत होता. तोही दुःखी आवाजात म्हणाला,

"आता कशाची राव कुस्ती आन् कशाची काय? भोला पंजाबीशी कुस्ती धरीन धरीन म्हणत हुतो. पाक त्याची उशीच करणार हुता ह्यो पठ्ठ्या. असा नवा डाव काढला हुता मी. ॲ-हॅं! दोन मिनटांत भोलाला निजिवला आसता खाली. हे बगा, ह्यो डाव –"

असे म्हणून बाबूने जवळ बसून 'आ' तोंड करून ऐकणाऱ्या नारायण चेंगटची गर्दन एका हाताने एकदम पकडली आणि दुसऱ्या हाताने त्याचा हात ओढला. नारायण चेंगटाला याची काही कल्पना नव्हती. खुरमांडी घालून तो अजागळासारखा सगळ्यांचे बोलणे तोंड उघडे ठेवून ऐकत होता. बाबूने हात ओढल्याबरोबर तो एकदम दचकला आणि खाली नाकावर आपटला. त्याच्या तोंडाला सणसणून मार लागला. तेवढ्यात बाबूने पाठीमागून दोन्ही मांड्यांत हात घालून त्याला उचलला आणि उलटा केला. त्याबरोबर तो उलटा होऊन पुन्हा खाली आपटला. पाठीवर आपटला. त्याच्या पाठीला, डोक्याच्या मागच्या बाजूलाही मार बसला. बूडही शेकून निघाले. प्रलयकाळ आत्ताच जवळ आल्यासारखा भिऊन तो ओरडला,

"अगं आई गं... मेलो, मेलो."

बाबूचे अर्थातच त्याच्याकडे लक्ष नव्हते. नारायण उलथापालथा होऊन आपटल्यावरच त्याने दोन्ही हात सोडले, झटकले आणि तो म्हणाला,

"हां, ह्यो डाव म्हणत हुतो मी."

शिवाची आणि नारायण चेंगटाची नुकतीच देण्याघेण्यावरून तक्रार झाली होती. त्यामुळे बाबूचा हा डाव त्याला एकदम आवडला. त्याने पसंती दाखविली.

"वा! ह्यो झकास डाव हाये बाबू."

यावर बाबू विव्हळला.

"पर आता काय उपेग? समदी प्रिथ्वी खलास म्हणल्यावर काय ऱ्हायलं? मी बी खलास आन् भोला बी खलास."

"व्हय गड्या. हे मातुर खरं हाय."

याप्रमाणे बोलणी झाली. कुणी काही कुणी काही गोष्टी बोलून दाखवल्या. यम्या तेल्याला तालुक्याला आलेला कुठला तरी तमाशाचा सिनेमा बघायचा होता. तो राहून जाणार की काय अशी त्याला भीती वाटली. ज्ञानू वाघमोड्याची बायको पाचव्यांदा बाळंत होणार होती. त्याला पहिल्या चार मुलीच झाल्या होत्या. आता पाचव्या खेपेस मुलगा होण्याची आशा होती. तेवढ्यात जग बुडणार. आता कशाचा पोरगा आणि कशाचे काय, या विचाराने त्याला अतोनात वाईट वाटत होते. रामा खराताने शे-दोनशे रुपये घालून पोस्टातून नुकतीच सरकारी सर्टिफिकिटे विकत घेतली होती. ही विनाकारण सरकारची धन झाली; त्यापेक्षा चैन केली असती, जिवाला खाल्ले असते तर बरे झाले असते, या विचाराने त्यालाही हळहळ वाटत होती. एकूण काय प्रत्येकाचा जीव कुठेतरी घोटाळत होता. प्रत्येकजण कशात तरी गुंतून राहिला होता.

नारायण चेंगटला खाण्याचे वेड होते. तेवढ्यासाठीच दुसऱ्याच्या घरी तो नेहमी बसलेला असे. आता त्याने मार खाल्ला होता. अंग ठणकत होतं, तरी पण कण्हतकुथत तो पुढे सरकला. शेजारच्या माणसाला म्हणाला,

"बायली, काय ह्यो प्रसंग आला... किती म्हैनं झालं मी ठरविलं हुतं की, डिंकाचा लाडू खाईनखाईन म्हणून –"

"अन् मग? का न्हाई खाल्लात?" कुणीतरी विचारले.

"कुनी बाळातीनच झालं न्हाई आलिकडं गावात. आता या म्हैन्यात हुनार हुतं तेवढ्यात ह्यो परसंग –"

वाघमोड्याला ही कुजबूज ऐकू गेली. त्याला फार संताप आला. काय माणूस आहे! प्रसंग कोणता आणि याची भाषा काय! सगळे जग बुडून जाण्याची पाळी आली आहे. हरेक माणसावर मरणाचा प्रसंग ओढवला आहे आणि या माणसाला

डिंकलाडूची आठवण होऊन वाईट वाटते आहे. काय म्हणावे याच्या मूर्खपणाला!....

चेंगटाकडे रागाचा एक जळजळीत कटाक्ष टाकून वाघमोडे म्हणाला,

"नारबा, तुम्ही उठा हितंन."

"का बरं?"

"तुम्ही डिंकाचा लाडू खाऊन या आधी. न्हाईतर तसेच मरचाल आन् भूत होऊन बसाल. जाणार येणार प्रत्येकाला धरून घोळसशील आन् डिंकाचा लाडू मागशील. चल ऊठ –"

चेंगटाचा चेहरा उतरला. मनाशी काहीतरी पुटपुटत तो चुळबुळ करीत गप्प बसून राहिला. जागचा हलला मात्र नाही.

"लेकानो, टाईम काय आन आपण बोलतो काय, हे तर वळखावं मानसानं. सबंध जग खलास हुयाची पाळी आली –"

वाघमोडे अगदी कळवळून बोलला. लोकांनाही ते पटले. सगळे जण आणखी गंभीर झाले. हळूहळू भविष्याचा अर्थ लोकांना जास्ती जास्ती उमजू लागला. त्याचा अर्थ ध्यानी येऊ लागला. पाच-सहा दिवस. फक्त पाच-सहा दिवस आता आपले आयुष्य उरले. मग आपणही बुडणार आणि आपली बायकापोरंही बुडणार. घरदार, शेतीवाडी यातले काही उरणार नाही आणि उरले तरी त्याचा उपयोग काय? आपण मेलो म्हणजे सगळेच मेल्यासारखे. भयंकर, भयंकर. भविष्य फार भयंकर होते. मरणाची घटिका क्षणाक्षणाने जवळ येत चालली होती.

वातावरण फार गंभीर झाले. जो तो गप्प झाला. आतापर्यंतच्या आयुष्याचा सगळा पट प्रत्येकाच्या डोळ्यांसमोर उभा राहिला. आतापर्यंत आपल्या हातून काय काय बरेवाईट घडले ते आठवू लागले.

रामा खराताला एकच बारीक आशा होती. मघापासून ती बोलून दाखवावी असे त्याला वाटत होते. त्याची अजून काही तितकीशी खात्री पटत नव्हती. सगळ्यांकडे बघत तो म्हणाला,

"मला न्हाई वाटत आसं काय हुईल."

"कशावरनं म्हणतोस?"

"आरं, कुठं समुद्र, कुठं आपुन. शंभर हजार कोस लांब. पानी हितपत्तुर येतं कशाला मरायला!"

ही शंका ऐकून प्रत्येकाला मनातून बरे वाटले. चेहरे उजळले. रामा म्हणतो ते बरोबर आहे. समुद्र इथं कसा येणार? तो काय माणूस आहे रस्त्याने चालत यायला?

भविष्यावर शिवाचा जबर विश्वास होता. तो मान हलवून म्हणाला,

"हां, तसं काय म्हणू नगंस हां! समुद्र नसला तरी वढा हाये की न्हाई

गावाला?''

गावाला ओढा होता ही गोष्ट खरी. पण त्याचा इथे संबंध काय?

''हाये की मग?''

''आरं, वढ्यातनं पाणी गावात शिरंल.''

''ते कसं काय?''

''समुद्राचं पानी नद्यातनं घुसणार आन् नद्यातनं वढ्यात येणार. उलट वाहाय लागलं पाणी म्हंजे मग?''

होय. ही शक्यता होती. एकूण काय, भविष्य खरे ठरणार असेच दिसत होते. त्यात आता बदल होईल असे काही वाटत नव्हते.

वाघमोड्याला आपले सगळे आयुष्य आठवत होते. कृतकर्माचा पश्चात्ताप होत होता. एवढ्याशा या आयुष्यात आपण फार वाईट वागलो. चांगली गोष्ट हातून झाली नाही. फार वाईट झाले. यदाकदाचित आपण गेलो तर आपल्याला नरकातच जाऊन पडावे लागेल. त्यातून काही सुटका नाही.

वाघमोड्याने मान खाली घातली. उघडझाप करीत हलक्या आवाजात तो बोलला,

''खरं म्हंजे ही विस्टेट माजी नव्हं. चुलतभावाची. खोटा कागद करून मी घेतली. त्याला बोंबलत बशिवलं. लई वंगाळ झाली गोष्ट आपल्या हातनं.''

हे ऐकून जो तो वाघमोड्याकडे आश्चर्याने पाहू लागला.

नारायण चेंगटाला तेवढ्यात आणखी एक गोष्ट आठवली.

''आन् ज्ञानू, ती भानगड रं?''

''कंची?''

''साळ्याच्या सखूची. खरी का खोटी?''

''ती बी खरी. तिला म्यांच पळिवली हुती.''

''त्या वेळेला मी सांगत हुतो तर लोकांना खरं वाटलं न्हाई.''

ज्ञानू सुस्कारा सोडून म्हणाला, ''आगदी खरं. म्या लइ मज्जा केली तवा.''

ज्ञानूचा हा आकस्मित कबुलीजबाब ऐकून कोणाला फारसे आश्चर्य वाटले नाही. कारण त्याची कुणकुण लोकांना पहिल्यापासूनच होती. पण आपणही त्याच्यासारखे मन मोकळे करून बोलावे आणि मनातली मळमळ ओकून टाकावी असे सगळ्यांना वाटू लागले. तेवढेच हलके वाटेल. मरण्याचा प्रसंग आलाच तर मरताना समाधान वाटेल. खरी गोष्ट सांगून टाकली तर न जाणो, देवाचिये द्वारी गेल्यावर क्षमा होईल. रामा खरात मघापासून ठरवीत होता. सांगावे की सांगू नये? शेवटी त्याने जिवाचा धडा केला. सांगून टाकायचे आणि मोकळे व्हायचे असे त्यानेही ठरविले.

''आयला, तुमाला तेल्याची धुर्पाबाई आठवती का?''

चेंगट म्हणाला,

“मेली की ती. दोन सालं झाली.”

“तीच. तिच्याजवळ गठुडं हुतं. मोडून मोडून खायाची. मी तिच्याकडनं दोनशे रुपये उसने काडले आन् पुना दिलंच न्हाईत. लईंदा मागितलं तिनं. पर म्यां काय दिलं न्हाई. तशीच मेली.”

रामाने अवचित दिलेली ही कबुली ऐकल्यावर तर सगळ्यांना आपापल्या गोष्टी सांगाव्या असे वाटू लागले. बाबू पैलवानालाही काही काही प्रसंग आठवू लागले.

“मागं एक कोल्हाट्याचा फड हितं आलता. आठवतंय का?”

“व्हय, व्हय.”

“त्यांचा खेळ म्या बगितला हुता. सुंदरी कोल्हाटणीवर लई खूश झालो हुतो त्या वक्ताला. म्या तिला डोळाच घातला –”

बाबूचे हे प्रकरण कुणालाच माहीत नव्हते. त्यामुळे सहाजिकच उत्सुकता वाटली. नारायण चेंगट अधाशीपणाने पुढे सरकून म्हणाला,

“भले! आशी भाद्दुरी पायजे. तुमी तिला डोळा घातला. मग पुढं काय झालं बाबुराव? –”

बाबू सुस्कारा सोडून बोलला,

“पुढं काय? तिनं मला रातच्याला कनातीमागं बोलिवलं. मी बी हुरळलो आन् गेलो –”

“मग?”

“मग काय? धापाच कोल्हाट्यांनी डोस्क्यात काट्या घातल्या. बडीव, बडीव बडवलं. समदी हाडं मोकळीच झाली माजी. तवांपासनं कानाला खडा.”

बाबूच्या प्रकरणाचा असा शेवट झालेला पाहून चेंगटची निराशा झाली. काही काही मजा ऐकायला मिळेल अशी त्याची कल्पना होती. म्हणून तो ओठावरून जिभली चाटीत ऐकत होता. पण अखेर हाती काही गवसलं नाही. मग त्याने स्वतः आठवून पाहिले. पण लोकांना सांगण्यासारखे असे आयुष्यात काही घडल्याचे त्याला मुळी आठवेचना. नाही म्हणायला अगदी लहानपणी त्याने देशमुखाच्या मळ्यातले काही पेरू चोरले होते आणि मग देशमुखाच्या गड्याचा मरेपर्यंत मार खाल्ला होता, एवढी एक गोष्ट त्याला आठवली. शिवा जमदाड्याच्या बायकोकडे चार-दोन वेळा आपण चोरून बघितले होते, हीही गोष्ट त्याला आठवली. या गोष्टी सांगाव्या की सांगू नयेत यावर त्याने बराच वेळ विचार केला आणि मग तूर्त काहीच सांगायचे नाही असे ठरवून टाकले. अगदीच प्रसंग पडला तर बुडता बुडता थोडेसे सांगून टाकू असा मनाशी विचार करून तो गप्प बसून राहिला.

मग बाकीच्या लोकांपैकी कुणीकुणी आपापल्या गोष्टी सांगितल्या. गोपाळ

रेड्याने शहरात असताना आपण एकदा दारू पिऊन कसा गोंधळ घातला होता आणि त्याबद्दल बिनभाड्याच्या खोलीत आठ दिवस कसे राहिलो होतो, याचे वर्णन केले. केरबा माळ्याने बांधावरून आपल्या शेजाऱ्याशी विनाकारण कशी झकाझकी केली आणि त्याचे डोके फोडले याची हकीकत सांगितली. कुणी काही कुणी काही गोष्टी सांगितल्या. वाईट तोंड करून, पश्चात्तापदग्ध अंत:करणाने सांगितल्या आणि दिलगिरी व्यक्त केली. मरायचे असेल तर हे पाप आधी फेडले पाहिजे असे एकमताने ठरले. पण काय करायचे? पाच-सहा दिवसांत काहीतरी करता येईल असे काय आहे? खूप चर्चा झाली.

शेवटी शिवा म्हणाला, "मला तर वाटतंय गड्या, आपण एक दिंडी काढावी. गनामास्तरला इचारावं कवां पानी येनार हाये आन् मग दिंडी काडावी. कसं?"

चेंगटला ही गोष्ट पटली.

"ही आयडियाची कल्पना चांगली हाये. हरिनामाचा गजर चालवला पाहिजे सारखा. म्हंजे मग मेल्यावर काही तरास हुयाचा न्हाई."

वाघमोडे म्हणाला,

"बाबूनं ही धोक्याची बातमी पयल्यांदा सांगितली. म्हणून त्याच्या गळ्यात इणा घालायची."

"आपुन समदे टाळ हानूं. धगडधड धडाधड..."

सगळ्यांनाच ही कल्पना मान्य झाली. कुणी बुक्का लावायचे मान्य केले, कुणी टाळमृदंग मिळविण्याची जबाबदारी घेतली. बाबू पैलवानाने वीणा सांभाळून मध्ये उभे राहण्याचे मान्य केले. दिंडी काढायची पक्की ठरली. सगळ्यांच्या डोळ्यांसमोर त्या दिवशीचे चित्र उभेही राहिले. टाळमृदंगाचा गजर चालू आहे. हरिनामाचा कल्लोळ उठलेला आहे. पताका फडकत आहेत. देहभान हरवून सगळे नाचताहेत. जिकडेतिकडे बुक्का उधळला जात आहे. पाणी वाढतच आहे आणि तरीही दिंडी जोराने पुढे चाललेली आहे. बाबू पैलवान एका हाताने वीणा वाजवीत उड्या मारतो आहे. 'ग्यानबा तुकाराम' असा जयघोष चाललेला आहे....

असे काहीतरी चित्र सगळ्यांच्या डोळ्यांसमोर उभे राहिले.

– आणि तेवढ्यात हातात पिशवी घेऊन गणामास्तर आला.

सगळी मंडळी गंभीर चेहरे करून चुपचाप बसलेली पाहून त्याला मोठे आश्चर्य वाटले. असे कधी घडले नव्हते. हा काय प्रकार आहे?

"काय मंडळी, आज काय बेत?"

असे म्हणतच तो कडेच्या कट्ट्यावर बसला. सगळ्यांच्या तोंडाकडे निरखून पाहू लागला.

गणामास्तर आलेला बघितल्यावर एकदम कुजबुज सुरू झाली. शेवटी शिवा

नाराजीच्या सुरात म्हणाला,

"गना, तू लपवून ठिवलीस बातमी. पर आमाला कळायची ऱ्हायली न्हाई."

"लपवून ठिवली? कसली?"

"जग बुडनार हाय ह्येची. खरं का न्हाई?"

"जग बुडणार? हां, हां –"

गणामास्तरच्या ध्यानात सगळा प्रकार आला. मध्यंतरी काही अंक आले नव्हते. कुठेतरी पोस्टात गळपटले होते. ते एकदम मागाहून आले होते. काहीतरी कारणाने ते वाचायचे तसेच राहिले होते. आत्ता आले लक्षात.

"बरं मग?"

"मग काय? मर्दा, सांगायचं न्हाई आमाला. आमी त्याच काळजीत पडलोया. कसं काय करावं?"

"काय करायचंय?" गणामास्तरला काही कळेना.

शिवा जमदाड्याने मग पहिल्यापासून घडलेली सगळी हकीकत सांगितली. दिंडी काढायची कशी ठरली इथपर्यंत सांगितले. ते ऐकून गणामास्तर मोठमोठ्यांदा हसू लागला. हे पाहून सगळे चकित झाले. कोणाला काही कळेना.

"गणामास्तर, तू काय तालुक्यास्नं छटाकभर घेऊन तर आला न्हाईस?"

"मला वाटतं तुमीच पेलाबिला तर न्हाईत? काय चावटपणा चालवलाय उगीच?"

"चावटपणा नव्हं. आरं खरंच!"

"कुणी वाचून दाखवली ही बातमी?"

बाबू पैलवानाचे नाक फुगले. छाती ताठ झाली.

"ह्यो पठ्ठ्या! ह्योच भाद्दर! का?"

"बघू कुठं हाय वर्तमानपत्र?"

बाबूने घडी केलेली वर्तमानपत्राची सुरळी गणामास्तराजवळ दिली. गणामास्तरने ती उलगडली, वाचली, इकडेतिकडे पाहिले आणि मग तो मोठमोठ्यांदा हसू लागला.

"हात् मर्दानो, आरं यात काय अर्थ न्हाई."

रामा खरातला मनात शंका होतीच. तो पुढे सरसावून म्हणाला, "तरी मला वाटलंच, म्हनलं बाबूला इक्तं वाचाय कसं काय आलं? साफ बनविलं होतं आमाला, आसंच ना!"

मान हलवून गणामास्तर म्हणाला,

"तसं न्हवं. बाबूनं वाचलं बरोबर. पण ह्यो अंक कुठला काढला ह्येनं?"

"कुठला?"

“महिन्यापाठीमागचा. अगदी जुना. रद्दीतला.”

“म्हंजे?”

गणा हसता हसता थांबला. मग जरा विसावा घेऊन बोलला,

“म्हंजे काय? भविष्य आलं. त्ये खोटं ठरलं. त्याचा दिवस उलटून आता पंधरा दिवस झाले. कशाला काय पत्ता नाही आन् ह्यो गडी काय सांगतोय आन् तुम्ही तरी ऐकून काय घेताय? तारीख तर बघायची वरची. समदा लेकांनो अडाण्याचा बाजार. हात् तुमची ग –”

गणाचा हा खुलासा ऐकून सगळ्यांची तोंडं पाहण्यासारखी झाली. जो तो एकमेकांकडे टक लावून पाहू लागला. सगळे बाबूकडे रागारागाने पाहत राहिले. त्याला शिव्या घालू लागले.

बाबूने मान खाली घातली. तो थोडा वेळ काहीच बोलला नाही. मग मान वर करून तो म्हणाला,

“लई मोठं अरिष्ट टळलं. बातमी खोटी झाली. मी म्हनतो, त्याच्यापायी दिंडी काढू आपुन झकास. कसं?”

□

बाबा

रविवारी दुपारी आमच्या घरातील कार्यक्रम अगदी ठरलेला असतो. आई त्या वेळी काहीतरी खायला करते. कधी शिरा, कधी सांजा तर कधी पोहे. यानंतर चहा घ्यायचा. चहाबरोबर बिस्किटेही असतातच. मग गप्पा होतात. या कार्यक्रमाला आम्ही घरातले सगळे हजर असतो. आई चुलीशी काहीतरी करीतच बसलेली असते. अक्का स्वयंपाकघरात बसून वेणीफणी करीत असते. मग राहिले कोण? मी आणि बाबाच. मी काय, स्वयंपाकघरातून वास आल्याबरोबर पळत येतो आणि पाटावर येऊन बसतो. येऊनजाऊन बाबाच काय ते लवकर येत नाहीत. जाड चष्मा लावून उगीच आपले टेबलाजवळ बसून काहीतरी करीत असतात झाले. लवकर येता येत नाहीत. आम्ही कित्येकदा तरी हाका मारतो. पण हलतच नाहीत.

मग आई मोठ्यांदा ओरडते,

"किती मेलं पुस्तकात डोकं खुपसून बसायचं ते! पुस्तकं झिजली की आता. उठा."

मग मात्र बाबा चटदिशी उठतात आणि स्वयंपाकघरात लगबगीने येतात. मुकाट्याने पाटावर बसून गपागपा खाऊ लागतात. निम्मेशिम्मे खाणे झाले म्हणजे मात्र त्यांचा चेहरा खुलतो. ते हसायला लागतात. मग माझ्या पाठीवर थाप मारतात. कधी अक्काची वेणी ओढतात आणि खूप गप्पा मारतात. मोठ्या छान गोष्टी सांगतात. आमचे बाबा फार हुशार आहेत आणि शूर पण आहेत. ते आम्हाला स्वतःच्या अनुभवाच्या, भुताखेतांच्या, चोरांच्या गोष्टी सांगतात. एकेक भयंकर असतात बुवा. आपण तर अगदी गुडुप भिऊन जातो.

आज मी बाहेर गोट्या खेळत होतो म्हणून मला यायला थोडा उशीर झाला. बघितले तो बाबा आधीच पाटावर येऊन बसले होते. मांडी घालून आईला जोरजोरात काहीतरी सांगत होते. आईचे तिकडे लक्ष नव्हते वाटते. ती नुसती 'हंऽ हं' म्हणत होती. आधणाच्या पाण्यात साखरेचे चमचे टाकीत होती आणि आक्किटली आरशात

डोकावून दात बघत होती.

मी हळूच पाटावर येऊन बसलो. कान टवकारले.

''मग काय?''– बाबा हातवारे करून म्हणाले, ''आम्ही त्या वेळी भयंकर गुंड. सगळी कॉलेजातली टगी कार्टी. मग काय विचारता! लागली पैज. अमावास्येच्या रात्री त्या वडाच्या झाडाखाली जाऊन त्याला एक प्रदक्षिणा घालायची. खूण म्हणून त्याची एक फांदी मोडून आणायची –''

''हूं.''

आई म्हणाली आणि तिने संथपणे चहा उतरवून खाली ठेवला. मी आणि अक्का दोघांनीही डोळे विस्फारले. भुताची गोष्ट? अरे वा! मी तर लगेच पुढे सरसावलो.

''मग पुढं काय झालं बाबा?''

''सांगू?''

''सांगा.''

''घाबरणार नाहीस ना?'' बाबांनी आवाज कठोर केला.

''नाही.''

''मग हरकत नाही –''

बाबांनी आपल्या नाकपुड्या फुगवल्या. डोळे बारीक केले. ''मग काय! मी म्हणालो, चला आपली पैज. मी आणतो वडाची फांदी तोडून. भूत नाही अन् बित नाही.''

''अय्या! बाबा तुम्ही?'' अक्का ओरडली. मीही बाबांकडे कौतुकाने पाहू लागलो.

बशीतील शिरा तोंडात कोंबीत बोबड्या आवाजात बाबा म्हणाले,

''तर काय!''

''मग गेलात तुम्ही बाबा?''

''गेलो म्हणजे? अगदी चक्क गेलो न् काय! दाट अंधार पडलेला. डोळ्यांत बोट घातलं तरी दिसायचं नाही असा. भणाभणा वारा वाहतोय – घों घों घों... असा चमत्कारिक आवाज सारखा ऐकू येतोय. आसपास माणूस नाही, कुणी नाही....''

बाबा जसजशी हकीकत सांगू लागले तसतसे मी आणि अक्का दोघेही त्यात रंगून गेलो. सांगता सांगता बाबांचा आवाज भीषण होऊ लागला. ते सारखे वेडेवाकडे हात फिरवू लागले. त्यांचे तोंड तर फारच भेसूर दिसू लागले. आम्ही दोघेही मनातून फार घाबरून गेलो. तोंडाचा आऽ करून ऐकू लागलो.

बाबा शेवटी म्हणाले,

''तर अशी गंमत. केलं धाडस आणि आणली त्या वडाची फांदी झाडावर चढून. फांदीवर बसून छानपैकी एक सिगारेट ओढली. मग आलो परत. हाऽ हाऽ....''

आईचे मात्र या बोलण्याकडे बिलकूल लक्ष नव्हते. ती चहाचे काहीतरी करीत

होती. पण अक्का अशी घाबरलीय. ती एकदम ओरडली,

"अय्या! बाबा, तुम्हाला भीती नाही वाटली?"

"ह्यँ! अगं भीती कसली आलीय त्यात?" बाबा आम्हा दोघांकडेही कीव करण्याच्या दृष्टीने पाहत म्हणाले, "सरळ आपलं गेलो अन् आलो..."

"अय्या!"

"तुम्ही अलीकडची पोरं लेको पेदरो झालाय नुसती. भीतीबीती कुछ नही. भुतालाच भीती दाखवीन मी... हां!"

"अय्या!"

काहीही नवीन ऐकलं की, अक्का नेहमी 'अय्या' म्हणून ओरडते. मला नाही आवडत. नेहमी नेहमी आपलं अय्या कसलं आले आहे त्यात? शिष्टच आहे.

शिऱ्याचा घास घशाखाली गेल्यावर मलाही एकदम बरे वाटले. अगदी गंभीर होऊन विचारले,

"तुम्ही बाबा, 'राम-राम-राम' म्हणत गेला की नाही हो? राम, राम म्हटलं की भूत पळून जातं."

"छट्!" बाबांनी मान हलविली. "राम नाही अन् फिम नाही. आपला नाही विश्वास बुवा!"

बाबांचे हे बोलणे मला बिलकूल आवडले नाही. माणसाने केव्हाही अंधारातून गेले म्हणजे नेहमी राम-राम म्हणावे आपले. म्हणजे भूत आपल्या वाटेला कधी जात नाही. आता बाबांना भुताने काही केले नाही म्हणून काय झाले? एखाद्या वेळी ते भूत तिथे नसेलच मुळी. शाळेला गेले असेल. असो नसो. नेहमी रामाचे नाव घ्यावे. वाया जात नाही.

पण मी बाबांना तसे समजावून देण्याचा प्रयत्न केला तेव्हा ते रागावल्यासारखे दिसले. माझ्या पाठीवर त्यांनी अशी जोराची थाप मारली की, मी अगदी कळवळलोच. ओरडलो, "अगं आई गं!"

"बेट्या, आम्ही त्या वेळी फार धीट होतो. काय समजलास? अगदी पहिल्यापासून धाडसी. असे तुमच्यासारखे लेचेपेचे नव्हतो. मेहनतबिहनत असे करायचो की, बस्स!"

बाबा आणखीही काही तावातावाने बोलले असते. पण तेवढ्यात आई मोठ्यांदा म्हणाली, "तो शिरा निवून चाललाय. त्याकडे बघा आधी. मोठ्या धीटपणाच्या गोष्टी सांगताहेत –"

"हो, हो."

"हो, हो काय? खा ना मग लवकर."

"खातो ना."

बाबा मुकाट्याने शिरा खाऊ लागले. मग बराच वेळ ते एक अक्षरही बोलले नाहीत. मला मोठे आश्चर्य वाटले. आई मध्येच नेहमी असे काहीतरी फाडफाड बोलते आणि बाबांचा फार हिरमोड होतो. ते आईशी अगदी मऊ आवाजात बोलतात आणि गप्प बसतात. पुढे बोलतच नाहीत. नाही तर बाबा फार शूर आहेत आमचे. अशा भयंकर गोष्टी सांगतात एकेक की अरे बापरे! असे वाटते की, एकदम तिथून पळूनच जावे.

शिरा खाऊन संपला. मोकळ्या बशीवर चमच्याने खडखड करीत मी कुतूहलाने विचारले, "मग पुढे काय झालं बाबा?"

बाबांचेही खाऊन झाले होते. माझ्या प्रश्नाला उत्तर देण्यासाठी त्यांनी तोंड उघडलेही.

"पुढे ना? पुढे तर अशी गंमत झालीय –"

इतक्यात स्वयंपाकघराच्या कोपऱ्यात काहीतरी खडखडऽ खडखड आवाज झाला. तिकडच्या बाजूची भांडी एकदम धडाड करून वाजली.

बाबा एकदम दचकून म्हणाले,

"आं? त-ते काय बुवा?"

आम्ही सगळे तिकडे पाहू लागलो. चहा कपात भरता भरता आई संथपणाने म्हणाली, "असेल काहीतरी उंदीर-बिंदीर."

"उंदीर?–" बाबांचा चेहरा किंचित बदललेला दिसला.

"उंदीर असेल नाही तर मांजर असेल. तुम्ही चहा घ्या."

"–च–चहा घेतो. पण उंदीर –"

तेवढ्यात पुन्हा खडबड झाली.

दुभत्याच्या कपाटाजवळ एकावर एक पालथी घालून ठेवलेली भांडी एकदम कोसळली. धडाडऽधूम असा मोठ्ठा आवाज झाला आणि काय झालं हे कळायच्या आतच या भांड्यातील एक रिकामा टोप हवेत उंच उड्या मारताना दिसला. बाबा एकदम माझ्याजवळ सरकले. म्हणाले, "अरे बाप रे! –"

अक्का तर एकदम लांबच पळाली. लांबूनच ओरडली.

"अय्या, हे काय?"

आई मात्र जागेवरच उभी राहून बघत राहिली. पण तो टोप पुन्हा एकदा हवेत उंच उडाला आणि दाणदिशी खाली येऊन आदळला. तेव्हा मात्र तीही भिऊन मागे सरकली. आश्चर्याने त्याकडे पाहत म्हणाली,

"अं? ही काय बाई गंमत?"

एवढ्यात ते भांडे पुन्हा एकदा वर उडाले आणि खाली आदळले. नंतर एकदम बाबांच्याच दिशेने धूम पळत आले, ते पाहून मला फार मजा वाटली. बाबांनी मात्र

टुणदिशी पाटावरून उडी मारली. उभे राहून ते भेसूर सुरात ओरडले, "अरे बाप रे! ही काय भानगड बुवा?"

एवढ्यात मला एकदम दिसले. अगदी छान दिसले आणि मग हसायलाच आले. मोठ्यांदा आईला हाक मारून मी म्हटले,

"आई आई, अगं मांजर –"

"मांजर?"

"अगं मांजर अडकलंय त्या टोपात. त्याचं डोकं अडकलंय बघ. म्हणून ते उड्या मारतंय सारखं."

जाड भिंगातून बारकाईने बघत बाबा म्हणाले, "अरे, खरं म्हणतोस काय?"

"हो बाबा, मांजरच आहे."

"तरी मला वाटलंच होतं मघापासनं – की नक्की मांजरच असलं पाहिजे लेकाचं."

असे म्हणून बाबांनी उड्या थांबविल्या. ते पाटावरच शूरपणे उभे राहिले. मांजराकडे आश्चर्याने पाहू लागले. अक्काही मग थोडीशी जवळ आली. मान तिरपी करून पाहू लागली.

"अय्या! अरे, खरंच की विन्या! मांजरच आहे मुळी हे."

आई मान हलवून म्हणाली,

"तर काय! दुधाच्या वासानं मेल्यानं आत डोकं घातलं वाटतं? आता बसलं अडकून. छान!"

आई हसू लागली. आई हसते आहे हे बाबांनी एकदा नीट न्याहाळून पाहिले. मग तेही हसू लागले. आम्ही सगळेच हसू लागलो. हसता-हसता त्या उडत्या टोपाकडे पाहू लागलो.

मी थोडेसे पुढे जाऊन वाकून पाहिले. त्या मांजराचे डोके आणि निम्मी मान आत गेली होती. आत ते खुडुमऽखुडुम करीत होते. डोके बाहेर निघावे म्हणून टोपासकट ते सारखे टणाटण उड्या मारीत होते. पहिल्यांदा नीट दिसले नाही. त्यामुळे वाटले की, टोपच नुसता अधांतरी वर उडतो आहे. टणाटण टणाटण!

मायाबाजार सिनेमासारखा!

मी आणखी पुढे जाऊन बघणार होतो. पण तेवढ्यात आई ओरडली,

"विन्या –"

त्याबरोबर मी थांबलो.

"कार्ट्या, मरायचं आहे का? पुढे जाऊ नकोस. ते बोचकारील तुला."

"अगं, नाही बोचकारीत –"

मी पुढे जाऊ लागलो तेवढ्यात बाबांनी मला खसदिशी मागे ओढले.

“गाढवा, आईने सांगितलेलं कळत नाही का? फिर मागं.”

मला असा राग आला आईचा आणि बाबांचा. पण काय करणार?

मुकाट्याने बाजूला जाऊन उभा राहिलो. कपाळाला आठ्या घालून कुणाशी न बोलता उभा राहिलो.

मग आई कमरेवर हात ठेवून म्हणाली, “मांजराला काढलं पाहिजे लवकर. नाही तर आपटून आपटून टोपाला पोचे येतील.”

बाबा जरा घुटमळले. घसा खाकरून म्हणाले, “काढायला कशाला पाहिजे बुवा? निघेल आपोआप थोड्या वेळानं. मी सांगतो.”

“तसं कसं निघेल?”

“निघेल की! जसं डोकं आत घातलं तसं हळूच बाहेर काढायचं. आहे काय त्यात अवघड? मात्र हळूच काढलं पाहिजे त्यानं. हो, तेवढं आहे –”

“तर... तर! म्हणे हळूच त्यानं काढलं पाहिजे. जसं काही कळतंच आहे त्याला.”

आईचा आणि बाबांचा असा थोडा वादविवाद झाला. बाबांचे एकूण म्हणणे असे होते की, मांजराची जात मूळचीच हुशार. त्यातून संकटात सापडल्यावर कुठल्याही प्राण्याचे डोके जास्त वेगाने काम करू लागते. तेव्हा या मांजराला आपण असेच सोडावे. थोड्याच वेळात ते आपली सुटका करून घेते की नाही, पाहा.

पण आईने अगदी खणखणीत सुरात आपला मतभेद व्यक्त केला.

“तसलं तुमचं भारूड काही सांगू नका. मुकाट्याने येता की नाही माझ्या मदतीला ते सांगा.”

तेव्हा बाबा मवाळ सुरात म्हणाले, “बरं बुवा, राहिलं.”

मग आईने नेहमीप्रमाणे पुढाकार घेतला. तिने टोपाला हात लावून झटदिशी तो ओढण्याचा प्रयत्न केला. त्याबरोबर इतका वेळ दमून एका जागीच खुडबुड करणाऱ्या त्या मांजराने आणखी मोठी उडी मारली आणि ते लांब पळाले. टोपाचा खणखण असा आवाज करीत सगळ्या स्वयंपाकघरातून ते सैरावैरा पळू लागले. त्यामुळे बाबांची फारच पंचाईत झाली. पहिल्यांदा त्यांनी बऱ्याच वेळा जागा बदलून पाहिल्या. मग ते खुंटीला धरून मध्येच लोंबकळले आणि सगळ्यात शेवटी मांजराबरोबर तेही टुणटुण करून उड्या मारू लागले. मला फार हसायला आले. बाबा काही वेळेला मजा करतात.

शेवटच्या उडीत बाबांचा पाय चुकून चहा भरलेल्या कपबशीवर पडला. त्यातला चहा त्यांच्या पायाला चांगलाच पोळला असावा. कारण “स्ऽस्...हाऽ” करून त्यांनी पुन्हा आपणहून उडी मारली आणि खाली येऊन कपबशीचा चुराडाच केला. त्यातला वाफेचा चहा सांडला आणि तो जो वाहत गेला तो थेट मांजराच्या

अंगापर्यंत. अंगाला चटका बसल्याबरोबर मांजराने आणखी एकदा उंच उडी घेतली आणि मग बाबांनीही निरुपायाने तसेच केले.

कपबशी फुटली. चहा सांडला हे पाहून मी फारच घाबरून गेलो. कारण घरातल्या सामानाची नासधूस झालेली आईला बिलकूल आवडत नाही. मी भीत भीत आईकडे पाहिले. तिचा चेहरा लालबुंद झालेला दिसला. बाबांकडे तिने अशा काही नजरेने पाहिले म्हणता!

मी आळीपाळीने दोघांकडे बघू लागलो. तेवढ्यात आई ओरडलीच,

''काय हे पोरासारखं वागणं! तरी माणसानं वयाचा विचार करावा. एक मांजर काय मेलं–''

''मेलं नाही आई –'' मी मध्येच तोंड खुपसून नम्रपणाने म्हणालो, ''अगं जिवंत आहे चांगलं!''

''तू गप्प बस बघू विन्या आधी –'' आईने डोळे मोठे केले. ''मधेमधे नाक खुपसायची भारी घाणेरडी सवय लागली आहे तुला.''

यात माझी काय चूक झाली मला कळले नाही. मांजर लेकाचे जिवंत होते. सारखे उड्या मारीत सबंध स्वयंपाकघरात पळत होते आणि आई म्हणते, ते मेले. वा रे वा!

''अगं नाही, खरंच –''

''तू गप्प बस आधी –''

आईने पुन्हा धमकावले तेव्हा मी पुढे बोललोच नाही. निमूटपणे उभा राहिलो आणि पाहू लागलो. नको बोलूस तर नको. राहिले.

मग आईने भराभरा हुकूम सोडायला सुरुवात केली.

''अक्का, तू धर त्या मांजराचे पाय अन् तुम्ही धरा हो त्याच्या मानेपाशी. मी इकडनं टोप धरते. दोन्हीकडून ओढू या.''

पण आईने एवढे सांगूनसुद्धा अक्का मुळीच जवळ आली नाही. उलट लांब दरवाजापाशी जाऊन उभी राहिली. एक वेणी पुढे ओढून ती उगीचच सोडू लागली.

''मी नाही धरत मांजराला. मला बाई भीती वाटते.''

हा सगळा संवाद होईपर्यंत बाबा भाजलेला पाय उचलून त्याला फुंकर घालीत होते. सारखे मांजराच्या हालचालीवर लक्ष ठेवून होते. ते म्हणाले,

''हॅट्! भ्यायचं काय त्यात? जा धर, जा.''

''मी नाही बाई.''

''अगं, ते घाबरलेलं असतं या वेळी. काही करायचं नाही. जा धर त्याचे पाय जा.''

''उंऽहूं. मला भीती वाटते.''

अक्काचे आपले बरे आहे बुवा. मला भीती वाटते असे म्हटले की झाले काम. नेहमी अक्कीटली तसे करते, काय भितात मांजराला बुवा या मुली! खरे आहे काय त्यात घाबरण्यासारखे? भित्री भागुबाई कुठली?

लगबगीने मी दोन पावले पुढे येऊन आईला विचारले, "मी धरू का गं आई मांजराचे पाय?"

"काही नको. तू देवासारखा गप्प बाजूला उभा राहा पाहू."

"तर काय!" बाबा म्हणाले. त्यांनी मान हलविली. मग आईकडे तोंड करून ते बोलले, "भ्यायचं कारण नाही. नीट धर पाय. म्हणजे झालं. मी ओढतो इकडनं थोडं."

"काही नको. तुम्हीच धरा पाय. मी धरते भांडं." आई ठसक्यात बोलली.

"अगं पण –"

"ते काही नाही."

बाबांनी बराच वेळ खटपट केली आणि आईला सांगितले की, मांजराचे पाय धरण्याचा मोठासा मुद्दा नाही. पण मांजर बायकांना काही करीत नाही, उलट पुरुषांना मात्र ते चांगलं ओरबाडते. त्या दृष्टीने मी टोप ओढतो. तू पाय ओढ! पण आईने निश्चयाने मान हलविली, "अहाहा! एवढे पाय धरता येईनात तुम्हाला? कमाल आहे."

– मग बाबा मवाळपणे म्हणाले, "बरं बुवा, मी धरतो पाय."

हा सगळा वादविवाद होईपर्यंत मांजर सारखे उड्या मारीतच होते बरे का. टोपासकट उंच उडी मारून खाली आदळत होते आणि धूम पळत होते. कधी इकडे तर कधी तिकडे. स्वयंपाकघरातली सगळी भांडी त्याने उलथीपालथी केली होती. धडाधड आवाज निघत होते. एखादी घंटा वाजावी ना, तसे सारखे काही ना काही वाजत होते. चहा सांडून त्याचे ओघळ मोरीपर्यंत गेले होते. शिऱ्याचे पातेले एका बाजूला कलंडून शिऱ्याचा अर्धा ढीग बाहेर सांडला होता. तिकडे बघून आई सारखा सुस्कारा सोडीत होती. तिचा जीव अगदी तिळतिळ तुटत होता हे मला स्पष्ट दिसत होते.

उड्या मारता मारता मांजर आता मोठमोठ्यांदा गुरगुरत होते. त्याने नखे बाहेर काढली होती.

मला वाटले की, जवळ जाऊन त्याची नखे मोजावीत. पण आईचा चेहरा पाहून मी तो बेत रद्द केला. हळूच बाबांकडे पाहिले तो ते डोळे बारीक करून या प्रकाराकडे लांबूनच पाहत होते. त्यांचा चेहरा जरासा गोरामोरा झाला होता आणि भुताखेताची गोष्ट ते सांगू लागले म्हणजे आमची तोंडं जशी होतात ना, तसे त्यांनी आपले तोंड केले होते. ते कसल्यातरी विचारात पडल्यासारखे दिसत होते.

तेवढ्यात आई पुन्हा ओरडलीच, ''अहो, धरा ना पाय लवकर. काय चालवलीय पोराटकी ही!''

''हो-हो'' एवढे बोलून बाबांनी पुन्हा एकदा चमत्कारिक दृष्टीने मांजराच्या हालचालीकडे पाहिले. काय त्यांना वाटत होते कोण जाणे. पण त्यांच्या तोंडावर धीटपणा अंमळ कमी दिसत होता, एवढी गोष्ट खरी.

''मला वाटते, मांजराचे पाय धरून काही उपयोग नाही. फुकट ओरबाडील ते.''

''मग?''

''कान धरले तर त्यापेक्षा? कान छान धरायला.''

बाबांचे हे बोलणे ऐकून मला जरा आश्चर्य वाटले.

''पण बाबा, त्याचे कानसुद्धा आत गेले आहेत. ते बाहेर नाहीतच मुळी!''

''अरे हो! हे माझ्या लक्षातच नाही. मग असं केलं तर? –''

''कसं बाबा?''

''त्याच्या पायांना आपण दोरी बांधू या. अगदी घट्ट आणि मग दोरी ओढू या जोरात.''

मी यावर माझे मत सांगणार होतो. पण तेवढ्यात आईने मानेला झटका दिला.

''पुरे आता हे. धरा लवकर अन् सोडा बिचाऱ्याला.''

''नाही. धरायचं तर आहेच –''

बाबा थोडा वेळ काहीतरी स्वतःशी पुटपुटले. काय बोलले कुणास ठाऊक. मला काही ऐकू आले नाही. मांजर दमून एके ठिकाणी उगीच बसून राहिले होते. त्याकडे त्यांनी दातओठ खाऊन पाहिले. मग ते हळूच त्याच्या दिशेने सरकत गेले. अगदी लपत-छपत गेले. जवळ जाऊन वाकून पाहू लागले.

मला मग एकदम सुचले. मी मोठ्यांदा म्हटले, ''बाबा –''

त्याबरोबर बाबा एकदम दचकले. वेडेवाकडे हात करीत ते चार पावले मागे आले. अगदी चपळाईने आले.

''काय रे विन्या?''

''त्याची किनई कंबर धरा बाबा,'' मी माहिती सांगू लागलो, ''आम्ही नेहमी मांजराची कंबरच धरतो. मग ते मुळीच ओरबाडत नाही.''

हे ऐकून बाबा एकदम रागावलेच.

''वा! हे मला गध्ध्या माहीतच होते. ते तूच मला उलट सांगतोस होय? शहाणाच आहे. चल हो बाजूला.'' असे म्हणून त्यांनी माझ्या डोक्यावर एक थप्पड ठेवून दिली. थपडीचे नाही वाटले विशेष. पण फी फी करून अक्का दात काढून हसली, त्याचा मला भयंकर राग आला. असे वाटले की, एक मोठे पातेले घ्यावे आणि त्यात तिचे डोके अडकवून ठेवावे आणि चांगले उड्या मारायला लावावे

तिला. म्हणजे तिची अशी जिरेल!

मी अक्काकडे रागारागाने बघत होतो. तेवढ्यात इकडे फार मोठी गंमत झाली.

बाबा हळूच लपतछपत गेले आणि त्यांनी एकदम या मांजरीची कंबर धरली. आईने इकडून टोप ओढला. त्याबरोबर त्या मांजराने नख्या बाहेर काढल्या आणि ते एवढ्या मोठ्यांदा गुरगुरले की, बाबांनी एकदम त्याची कंबर सोडून दिली. त्यासरशी त्याने उंच उडी मारली. इतकी उंच की, बाबा एकाएकी पाठीमागे कोलमडूनच पडले आणि त्यांच्या अंगावर मांजराची उडी पडली. ठाणकन करून तो टोप त्यांच्या टाळक्यावर आदळला आणि त्यांना सपाटून लागले. त्यांचा चष्मा फुटला. मग चेहरा वेडावाकडा करून ते ओरडले,

''अगं आई गं!... मेलो मेलो.''

मग काय?

त्यांचं ओरडणं ऐकून ते मांजरही बेटे घाबरले वाटते. ते सारखे त्यांच्या अंगावर उड्या मारायला लागले. त्यांची छाती ओरबाडायला लागले. दरवेळेला त्याने उडी मारली की, बाबांच्या टाळक्यावर सारखे ते भांडे ठणठणठण करून वाजू लागले आणि बाबा पुन्हा ओरडू लागले. त्यामुळे ते मांजर भिऊन बाबांच्या अंगावर जास्तीच नाचू लागले. गुरगुरू लागले.

दहा मिनिटं सगळीकडे नुसता गोंधळ उडून गेला.

अक्का तर इतकी घाबरली की, ती तिथून पळूनच गेली. मी तोंडाचा 'आ' करून बाबांकडे पाहू लागलो. बावचळून एकदा आईकडे आणि एकदा बाबांकडे असा आळीपाळीने पाहत राहिलो. काय करावे ते मला कळेना.

मग आई गोंधळून म्हणाली,

''विन्या मेल्या, पाहतोस काय नुसता शुंभासारखा? धर ते मांजरडं अन् फेक बाजूला.''

हे आईचे बोलणे अगदी अनपेक्षित होते. म्हणून मी एकदा डोळे चोळले. खात्री करून घेण्यासाठी पुन्हा नम्रपणे विचारले,

''आई, खरंच धरू मी?''

''धर ना मेल्या, आता नेमकी अगदी परवानगी विचारशील बघ.''

आईने हे सांगायचाच अवकाश होता. मी टुणदिशी पुढे उडी मारली. कमरेत हात घालून मी ते मांजर खसकन वर उचलले आणि तसेच हातात धरून ठेवले. त्याला खाली सोडलेच नाही.

आई घाबरून किंचाळली, ''अरे टाक, टाक खाली. ओरबाडील ना तुला!''

आता मात्र मला फार राग आला. मी तिला वेडावून म्हणालो,

''काही नाही ओरबाडीत. मी नेहमी धरत नाही वाटतं?''

तेवढ्यात बाबा धडपडत उठून बसले. त्यांच्या कपाळाला भांडे आपटून आपटून चांगले मोठे टेंगूळ आले होते. ते हाताने चाचपीत म्हणाले, "विन्या, मांजर कुठाय?"

"हे काय? माझ्याच हातात आहे."

असे म्हणून मी ते पुढे केले तेव्हा तेही ओरडले,

"अरे, सोड-सोड. मरायचं आहे का?"

मी रागावून म्हटले,

"मी नाही सोडत जा."

आणि एका हाताने मांजर काखेत दाबून धरले. दुसऱ्या हाताने टोप ओढला. असा जोराने ओढला की, सटदिशी आवाज होऊन मांजराचे डोके एकदम बाहेरच आले. असे घाबरून गेले होते! अरे बापरे!

डोके बाहेर निघाल्याबरोबर माझ्या हातातून ते निसटलेच. थेट खाली बाबांच्याच अंगावर जाऊन आदळले.

त्याबरोबर बाबा पुन्हा जमिनीशी समांतर झालेले दिसले. पुन्हा मोठ्यांदा ओरडले,

"अरे मेलो, मेलो... धावा-धावा!"

बाबा इतक्या मोठ्यांदा ओरडले की, ते मांजर एकदम उडी मारून पळालेच. तुफान वेगाने बाहेर पळाले आणि नाहीसे झाले.

एवढ्यात माझ्या हातातला रिकामा टोप निसटला आणि दणदिशी खाली पडला. बाबांच्या टाळक्यावर ठणकन् आदळला.

पुन्हा एकदा बाबांची किंकाळी ऐकू आली.

मी एकदम घाबरून आईकडे पाहिले. ती खुदूखुदू हसत होती. मी तिच्याकडे पाहतो आहे हे लक्षात आल्यावर ती हसायची एकदम थांबली. गंभीर चेहरा करून तिने म्हटले, "जा रे, बाहेरच्या खोलीतून आयोडीनची बाटली घेऊन ये जा. पळ."

संध्याकाळी कपाळावरच्या टेंगळाला रबरी पिशवीने शेकत-शेकत बाबा मला म्हणाले,

"विन्या, तू गैरसमजूत करून घेऊ नकोस. आता आजचा प्रकार सोड. पण कॉलेजमध्ये असताना मी फार गुंड होतो. अति धाडसी. भयंकर बेरड. काय समजलास? तुला त्या वेळची एक गोष्ट सांगू का?"

"गोष्ट?"- मी उत्सुकतेने मान हलविली. पुढे सरकलो. डोळे विस्फारले!

"कसली गोष्ट बाबा? भुताची?"

"हॅट्!" बाबा सिनेमातल्या दुष्ट माणसासारखे तोंड करून म्हणाले, "भुताची गोष्ट काय घेऊन बसलाहेस? अरे, एकदा आमच्या खोलीत वाघ शिरला होता

वाघ –’’

"खरं बाबा?"

"मग सांगतो काय तर –! पण सांगू ना तुला?"

"सांगा, सांगा."

"भिणार नाहीस ना अजिबात?"

"नाही."

"शाबास –"

असे म्हणून बाबांनी पुन्हा एकदा कपाळावरचे टेंगूळ चाचपून पाहिले. मग मोठमोठे हातवारे करून ते वाघाची गोष्ट सांगू लागले. सांगता-सांगता त्यांचा चेहरा भेसूर दिसू लागला. आवाज भीषण होऊ लागला.

– आणि धडधडत्या छातीने मी ती भयंकर गोष्ट ऐकू लागलो.

☐

फोटो

ऊन आता उतरलं होतं. दुपारभर चढलेला ताव कमी झाला होता आणि पिवळसर सोनेरी उजेड झाडांच्या फांद्यांवर झगमगत होता. सूर्य मावळतीकडे कलला होता. मधूनमधून गार वाऱ्याची झुळुक येत होती. झाडांच्या बारीक फांद्या, पाने जिथल्या तिथे हलत होती. उनाच्या सणक्याने निपचित पडलेले व्यवहार आता थोडेथोडे सुरू होत होते. कुठेकुठे माणसे बाहेर पडत होती आणि इतका वेळ अगदी शांत असलेले वातावरण अधूनमधून डहुळले जात होते.

गावाबाहेरच्या पडक्या धर्मशाळेला लागून एक भलामोठा लिंब होता. त्या लिंबाच्या सावलीला बाबू कोष्टी आणि दगडू सुतार उशाला मुंडाशी घेऊन उगीच लोळत पडले होते.

उनाच्या वेळची त्यांची नेहमीची झोप आता झाली होती. खरे म्हणजे गावात जाऊन त्यांना आपापल्या कामाला लागायला पाहिजे होते. रंधा मारायचे काम निम्म्याशिम्म्यावर ठेवून दगडू सुतार इथे आला होता. त्याला संध्याकाळपर्यंत आपले काम पुरे करायचे होते. वारी जवळ आली होती आणि पडशा पुऱ्या करून बाबू कोष्ट्यालाही कामे आटोपायची होती. पण अंगात उतरलेला आळस जात नव्हता. सगळे अंग कसे जड झाले होते आणि डोळे पुन:पुन्हा मिटत होते. उन्हे उतरली, आता गावात जावे, काही उद्योगधंदा होतो का पाहावे, अशी भाषा दोघेही जण आळसटलेल्या आवाजात बोलत होते. पण शरीर हलत नव्हते आणि पापण्या उघडत नव्हत्या. शिवाय आणखी थोडा वेळ पडले तर संध्याकाळ होईल आणि मग उद्योगधंद्याची फारशी काळजी न करता सरळ भाकर-तुकडा खायला घरीच जाता येईल, असेही त्यांच्या मनात अधूनमधून येत होते.

काळ्या रंगाचा आणि उंच सरळसोट असलेला बाबू कोष्टी उताणा पडला होता. पडल्यापडल्याच वर झाडाकडे आश्चर्याने बघत होता. इतका वेळ रिकाम्या असलेल्या झाडावर आता पाखरांचे थवे येत होते आणि त्यांची कुलकुल चालू होती. त्या शांत

वेळेला त्यांचा आवाज स्पष्ट कळत होता. नेहमीपेक्षा मोठा वाटत होता.

सुताराचा दगडू बाबूच्या मानानं थोडा पोक्त माणूस होता. बाबूला नुकत्याच मिश्या फुटल्या होत्या आणि सुताराच्या काळ्याभोर झाल्या होत्या. दगडूही काळाच होता. पण बुटका होता आणि वयोमानानं थोडा जाडगेला होता. त्याची दाढी वाढली होती आणि हातापायाच्या शिरा तटतटून वर आल्या होत्या.

इकडे वळ, तिकडे कूस बदल असे करीत दोघांनीही आणखी थोडा वेळ काढला. पण झोप आता संपली होती. ती पुन्हा लागण्याची शक्यता नव्हती. पडून पडूनही कंटाळा आला होता.

कंटाळून बाबू शेवटी उठून बसला. त्याने डोळे चोळले. बाजूला थुंकून तोंडाला आलेला चिकटा काढण्याचा प्रयत्न केला. मग तोंड वासून त्याने भला दांडगा आळस दिला आणि तो देताना असा चमत्कारिक आवाज काढला की, डोळे मिटून पडलेला दगडू एकदम दचकला. तोही हळूहळू, हप्त्याहप्त्याने उठून बसला.

कमरेला लावलेली पिशवी काढून तिच्यातली तंबाखू चुन्याच्या बोटाने तळहातावर चोळत दगडू म्हणाला,

"बाब्या लेका, कसला आवाज केलास? किती मेलो मी."

बाबू गमतीने हसला.

"ह्यो रेड्याचा आवाज काढला मी. आता गाडवाचा काढून दाखवू का?"

"त्यो कशाला! तू बोलला म्हणजे निगतोच हाय की आपसूक."

यावर बाबू पुन्हा दात दाखवून हसला. म्हणाला,

"आज लई कटाळा आला मर्दा."

"दोपारच्या झोपेनं हुतंच तसं... त्या... रावनाचा बाप कोन?"

"कुंभकरन."

"बरोबर. त्योच. झोपेनंच मेला त्यो. लई वाईट."

"त्याला कुणी मारला?"

"रामलक्षुमनानं."

"लई दांडगादुंडगा हुता म्हणत्यात त्यो."

"दांडगादुंडगा?... रोमनाळच्या खोमनाळ हुता नुसता. डोंगराएवढा हुता बाबा डोंगराएवढा! न्हावी त्याच्या नाकात जाऊन नाकातलं क्यास काडायचा. हायेस कुटं तू?"

दगडूच्या या बोलण्यावर बाबूला पुन्हा काही शंका आल्या होत्या आणि तो बोलणाराही होता. पण पाठ कराकरा खाजवता-खाजवता त्याचे लक्ष एकदम समोर गेले आणि तो बोलायचा थांबला. समोर पाहू लागला.

समोर गावाकडे जाणारा रस्ता आडवा पसरला होता आणि त्याच्या पलीकडे

मोकळे रान होते. मध्येच ताल होती. त्या तालीवरनं कुणीतरी पांढरेफेक कपडे घातलेले सावकाश चालत येत होते. त्याच्या पाठीमागून एक लहानसे कुत्रे शेपटी हलवित, पळत पळत येत होते.

कोण येत आहे हे पहिल्या प्रथम बाबूला नीटसे कळले नाही. पण येणारे माणूस थोड्या वेळाने स्पष्ट झाले. त्याचा चेहरामोहरा दिसू लागला.

बाबू घाईघाईने म्हणाला,

"दगडू, त्यो बगितलास का कोन येतोय?"

"कोन?"

असे म्हणून त्याने दाखविलेल्या दिशेकडे बाबू बघत राहिला. डोळे बारीकमोठे करीत म्हणाला,

"त्यो आपला देशपांड्याचा अण्णा हाय का रं?"

"त्योच दिसतोय मर्दा."

"कुटं पुन्याला असतो म्हनं."

"म्हनत्यात. कालिजातनं सुटून आला घरी."

"लई सुट्या असत्यात म्हनं पुन्याकडं?"

"आसत्याल्या."

"मळ्यातनं आला काय की जनु?"

दगडूने नुसतेच तोंडाने 'चुक्' करून होकार दिला.

"कुत्रं हाय बरुबर."

"हां."

"आन् हातात कायतरी डबा हाय काय की."

"आसंल."

एवढं संभाषण होईपर्यंत देशपांड्याचा अण्णा बराच जवळ आला होता. तालीवरनं खाली येऊन तो रस्ता ओलांडून इकडच्या बाजूला भराभरा आला तसे ते कुत्रेही त्याच्या पाठोपाठ हुंगत, हुंगत आले.

ऐन उन्हाचं आल्यामुळे अण्णाचा चेहरा लालबुंद झाला होता. तोंडावर घाम आला होता. धर्मशाळेपाशी येऊन पायरीवर टेकून तो हुशऽहुश करीत बसला. खिशातला पांढरा रुमाल काढून त्याने कपाळावरचा, गळ्याभोवतालचा घाम पुसला आणि मग थोडा वेळ स्वस्थ राहिला.

नंतर त्याच्या ध्यानात आले की, सावलीत बसलेले दोघे जण बराच वेळपासून 'आ' करून त्याच्याकडे पाहताहेत.

त्याने पाहिल्यावर दगडूने रामराम केला.

"रामराम अन्ना."

"रामराम... कोण दगडू सुतार काय?"

"व्हय."

"आणि हा कोण बरोबर तुझ्या?"

"आँ? ह्यो कोष्ट्याचा बाबू नव्हं का?"

"खरंच की, मी ओळखलंच नाही. मोठा झालाय की चांगला."

अण्णाने एवढी विचारपूस केली. मग त्याने हातातल्या कॅमेऱ्याशी काहीतरी चाळा सुरू केला. इकडे-तिकडे काहीतरी फिरविले. त्याच्या पाठीमागून आलेले कुत्रे 'ल्हा-ल्हा' करीत त्याच्या अंगावर उड्या घेऊ लागले.

"अन्ना, तुमी आता पुन्याला असता न्हवं?"

"हां –"

"कालिजात?"

"हा! –"

"आता सुट्टीचं हितं आला असाल, न्हायी का?"

"हा! –"

"मग परत जायचं असंल पुना?"

अण्णा कॅमेरा इकडे-तिकडे करीतच उत्तरे देत होता. तो म्हणाला,

"उद्याच निघायचं. जास्त सवड नाही."

इतके बोलणे झाल्यावर तिथे थोडा वेळ शांतता पसरली. अण्णाने हातातले यंत्र नीटनेटके केले. मग त्या दोघांना उद्देशून तो म्हणाला, '

'तुम्ही थोडं इकडं बसता का?"

ते दोघेही त्याच्याकडे पाहत राहिले हे पाहून त्याने पुढे सांगितले,

"या कुत्र्याचा फोटो काढतो जरा."

अस्से! एकूण त्याच्या हातात मघापासून जो काळा डबा होता तो फोटो काढायचा डबा होता तर एकूण!... हे फार छान झाले. अजून काही आपण फोटो कसा उतरवितात ते बघितलेले नाही. काहीतरी नवीन, चमत्कारिक बघायला मिळेल... घटकाभर मज्जा! नाहीतरी आपण फोटो काढायच्या चळवळीत कशाला भाग घेतो आहोत? अनायासे बघायला मिळते आहे तर बघावे.

दगडू आणि बाबू या दोघांच्याही मनात असे विचार आले आणि ते अगदी हरखून गेले. त्यांनी आपली मुंडाशी उचलली. दगडूने आपला पटका झटकून झटकून ती जागा अगदी चकपक करून टाकली. मघाशी स्वत: झोपले असतानासुद्धा जी गोष्ट करावी असे त्यांच्या मनात आले नव्हते ती गोष्ट त्यांनी पाच मिनिटांत करून टाकली. बाबूने दगडगोटे, चिपरंगा काढून टाकल्या, काचा वेचल्या, काटे उचलले आणि दगडूने मुंडाशाने सगळी घाण उडवून लावली. जिकडं-तिकडं धुराळाच

धुराळा झाला.

धूळ नाकात गेल्यामुळे खोकत खोकत, नाकाला रुमाल लावीत अण्णा म्हणाला,

"अरे... अरे, पुरे! इतकं काय करायचंय? कुत्र्याचा तर फोटो काढायचाय. काही जेवायला बसायचं नाही पत्रावळीद्रोण मांडून."

"तरी पन एवडं पायजेच की!"

असं ते म्हणाले. पण मग त्यांची साफसफाई थांबली.

अण्णाने आपल्या लाडक्या कुत्र्याला सावलीत बसविले. चुचकारून, हाका मारून, पाठीवरून हात फिरवून त्याला तिथे बसविण्याचा प्रयत्न केला. पण ते काही एका जागी थांबेना. अण्णा कॅमेरा घेऊन आपल्या जागेवर गेला की, ते त्याच्या पाठीमागे येई आणि त्याचे पाय चाटू लागे.

असा प्रकार बराच वेळ चालला.

अण्णाचा चेहरा त्रासल्यासारखा दिसला तेव्हा दगडू म्हणाला,

"ए, गप रे भडव्या. बस की एका जागी नीट! नाहीतर घालीन बघ धोंडाच टकुऱ्यात."

हे बोलणे अर्थातच कुत्र्याला उद्देशून होते.

मग अण्णाला उद्देशून तो म्हणाला, "घालू का पेकाटात लात?"

अण्णा म्हणाला, "छे, छे! त्यानं उलट पळून जाईल ते."

"मग दोरीनं बांधून ठेवू का जोरदार?"

"छट्! बांधलेल्या कुत्र्याचा फोटो नाही घ्यायचा. कुत्रं मोकळं पाहिजे. प्रदर्शनात पाठवायचाय फोटो."

या बोलण्यातला प्रदर्शन एवढा शब्द दगडूला कळला. गुरांचे प्रदर्शन, धान्याचे प्रदर्शन हे शब्द त्याला ऐकून माहीत होते. पण फोटोचा प्रदर्शनाशी काय संबंध हे त्याच्या नीटसे ध्यानी आले नाही. कदाचित कुत्र्यांचे प्रदर्शन असावे आणि कुत्रे इतक्या लांब पाठविता येत नसेल म्हणून त्याचा फोटोच पाठवीत असावेत, एवढा तर्क त्याने केला आणि मग त्यापेक्षा अधिक काही न सुचल्यामुळे तो गप्प बसला.

कुत्रे बसता बसेना हे पाहून अखेर शेवटी बाबू म्हणाला,

"आन्ना, तुम्ही हुभा ऱ्हावा थितंच. मी बगतो या कुत्र्याकडं."

"बगतो म्हणजे?"

"उगी बगा तर खरं, कशी गुंडी करतो त्ये."

मग बाबूने तोंड एका बाजूला वळविले आणि हाताचा कोनाडा तोंडाभोवती करून कुत्र्यासारखा आवाज काढला.

"भो: भो: भो:...."

तो ओळखीचा आवाज ऐकून कुत्रे बावरले. दोन्ही कान उभे करून ते टक लावून

आवाजाच्या दिशेने बघत राहिले. मग तेही मोठमोठ्यांदा भुंकू लागले.

अण्णाने तेवढ्या वेळात आपला कॅमेरा सरसावला. तो नीट धरला आणि बरोबर अंदाज घेऊन त्याची वरची पट्टी इकडची तिकडे फिरविली.

फोटो छान निघाला म्हणून शीळ वाजवत तो उभा राहिला. नक्कल करणाऱ्या बाबूला म्हणाला,

"वा वा! झकास!... पुरे आता. झालं काम."

बाबूने तोंडाशी धरलेला हाताचा कोनाडा मोडला. तोंड उघडून तो हसला.

"कसा काय उतरला फोटु?"

"फस्कलास."

"आन् रंगभरनी कशी काय झाली?"

त्याच्या बोलण्याचा अर्थ अण्णाला कळला नाही. पण त्याने ठोकून दिले –

"झक्क!"

हे ऐकून बाबूचा चेहरा खुलला. तो हसला आणि मुकाट्याने त्याच्याकडे बघत उभा राहिला.

आता उन्हे सरली होती. पश्चिमेकडचे पिवळे ऊन तोंडावर येत होते. थोडासा वारा सुटला होता आणि झाडांच्या फांद्या सळसळत होत्या.

अण्णाने कॅमेरा गुंडाळला आणि तो खिशात ठेवलेल्या पिशवीत कोंबला. पिशवी हातात धरून तो जायला निघाला. ते दोघेही आशाळभूतपणे त्याच्याकडे बघत उभे राहिले.

अण्णाने तोंड वळविले आणि पुढे जाण्यासाठी पाऊल टाकले. मग मात्र दगडूला राहावले नाही. तो म्हणाला,

"अण्णा –"

अण्णा तोंड माघारी फिरवून आश्चर्याने म्हणाला, "काय रे?"

"फोटु उतरायला लइ पैका पडतो का वो?"

"नाही. का?"

"तरी पन किती?"

"पडत असतील आठ-दहा आणे एका फोटोला. का रे?"

दगडू मान खाली घालून गप्प राहिला. थोड्या वेळाने म्हणाला,

"न्हायी... पर –"

"पण काय?"

"आमचा बी काडा की एखादा फोटु."

दगडू अगदी आपल्या मनातील गोष्ट बोलला असे बाबूला वाटले. मघापासून त्याच्या मनात तीच गोष्ट घोळत होती. तोही म्हणाला,

"आमा दोगांचा एक काडा."

"नुस्ता काडा. परदर्शनात न्हायी पाठवला तरी चालंल."

अण्णा हसून म्हणाला, "तुमचा दोघांचा?"

आणि त्याने आळीपाळीने त्या दोन मूर्तींकडे टक लावून बघितले. त्याला मनातल्या मनात फार हसू आले.

"काडता का?"

"का रे?"

"म्हंजे काय की, आमचा कंदी फोटूच काडला न्हायी कुनी."

"का बरं?"

"अवो, कोन काडनार आमचा फोटु?"

अण्णा थोडा वेळ काही बोलला नाही. त्यांच्याकडे उगीच आपला बघत उभा राहिला. त्याच्या ओठांवर लहानसे हसू आले. मग त्याला काय वाटले कोण जाणे! तो म्हणाला,

"बराय, राहा उभा तिथं. काढू या एक फोटो."

हे ऐकल्यावर दोघांनाही आनंदाने गुदमरून गेल्यासारखे वाटले. त्यांच्या उत्साहाला पारावार राहिला नाही. दोघांचेही चेहरे फुलून निघाले. दगडूने मघाशी मळलेले आपले मुंडासे चारचारदा झटकले आणि मोठ्या काळजीने डोक्यावर चढविले. धोतर साफसूफ केले. त्याची एक बाजू वर गेली होती. ती नीट ओढून सारखी केली. आणि तरीही त्याला वाटू लागले की, सकाळी न्हाव्याकडे जाऊन आपण दाढी केली असती तर बरे झाले असते. बाबूने धोतराच्या सोग्याने तोंड पुसले. मिशावरून पुन्हा पुन्हा हात फिरवून त्या जेवढ्या सारख्या दिसतील तेवढ्या करण्याचा प्रयत्न केला.

अण्णाने पिशवीतला कॅमेरा काढेपर्यंत दोघेही झाडाच्या बुंध्याला टेकून गुडघ्यावर हात ठेवून मान ताठ ठेवून बसले. तपश्चर्येला बसावे तसे बसले. अजिबात न बोलता, इकडे तिकडे न बघता, एकदम नजर लावून ते हुशार झाले.

अण्णाने कॅमेरा काढला. तो नीट धरला. आडवा हात धरून त्यातून तो बराच वेळ पाहत राहिला तेव्हा काहीतरी शंका येऊन बाबू म्हणाला,

"का वो, मावतो ना आमी दोघं फोटुत?"

अण्णा आश्चर्याने त्यांच्याकडे बघत म्हणाला,

"मावतो ना म्हणजे?"

"न्हायी, ह्यो जरा जाडगेला हाय म्हून इचारलं. मावत नसलो तर तसं सांगा. हयगय करू नगा. म्हंजी जरा सरकून बसाय बरं."

"काही जरूर नाही. ठीक आहे."

अण्णाने तोंडावाटे बाहेर पडणारे हसू थांबविले. मग कॅमेरा हाताने तोलीत तो

म्हणाला,

"रेडी अं –"

इतका वेळ ताठ बसून बसून बाबूच्या अंगाला रग लागली होती. कसल्या तरी निमित्ताची तो वाटच पाहत होता. अण्णाने रेडी म्हटल्यावर तो एकदम उठून उभा राहिला आणि इकडे तिकडे वाकून बघून पुन्हा खाली बसला.

"कुठाय रेडी?"

"कसली रेडी?"

"तुमीच म्हनला की आत्ता रेडी म्हनून."

अण्णा खो-खो हसला.

"रेडी म्हणजे तयार."

"काय तयार?"

"तुम्ही तयार आहात ना फोटो काढायला असं विचारलं मी."

"हां-हां, मग आमी रेडी."

असं म्हणून बाबू हसला आणि पुन्हा हातपाय ताठ करून गंभीर चेहऱ्याने तो समोर पाहत राहिला. तो आता अगदी 'रेडी' झाला. अण्णाने परत कॅमेरा नीट धरला. तेवढ्यात तोंड आभाळाकडे करून दगडू ओरडला,

"थांब–थांबा–थांबा!"

हात खाली घेऊन अण्णा म्हणाला,

"आता काय झालं आणखीन?"

अपराधी चेहरा करून दगडू उभा राहिला. बाजूला जाऊन थुंकला. बराच वेळ गच्च भरलेले तोंड मोकळे करून परत आला. पुन्हा खाली बसून तो म्हणाला,

"हा आता काडा. आता काय गडबड न्हायी."

दगडू उठून परत येईपर्यंत बाबूने थोडीशी हालचाल केली. डोक्यावरचे मुंडासे पुन्हा नीटनेटके केले. सदऱ्याला लावलेली कथलाची गुंडी एकदा सोडली आणि परत लावली. मग ठाकठीक बसून तो म्हणाला, "हां रेडी. काढा आता."

अण्णाने कॅमेरा लावला. हाताने झाकून पुन्हा एकदा काहीतरी पाहिले आणि वरची क्लिक इकडची तिकडे फिरविली.

"झालं काम. काढला फोटो."

बाबू आश्चर्याने म्हणाला,

"काढला?"

"हां!"

"इकत्या लौकर?"

"त्याला काय उशीर!"

“आकरितच हाय मग. एका मिंटात कसा काय निगतु फोटु?”

“मघाशी कुत्र्याचा नाही का काढला?”

“पन मानसाचाबी एका मिंटात निगतो?”

“एका मिनिटात काय, एका सेकंदात निघतो.”

म्हणजे काय ते नेमके बाबूला कळले नाही. पण तो तोंड पसरून आश्चर्याने म्हणाला,

“आगं आईग्गं!....”

यानंतर पुष्कळच प्रश्नोत्तरे झाली. त्या डब्याच्या आत फोटो कसा निघतो, तो केव्हा तयार होतो, हा आता काढलेला केव्हा होईल, त्यात रंगभरणी केली जाईल किंवा नाही इत्यादी अनेक महत्त्वाचे प्रश्न विचारून झाले. अण्णाने शक्य तेवढी सविस्तर उत्तरेही दिली. बाबूला नेहमीप्रमाणं आणखी काही शंका आल्या होत्या. पण आता उन्हे संपली होती. दिवस बुडाला होता आणि अंधार पडायची वेळ आली होती. म्हणून तो पुढे काही बोलला नाही. गप्प बसला.

अण्णाने सामानाची जुळवाजुळव केली. मग इकडेतिकडे भटकणाऱ्या कुत्र्याला यू-यू करून बोलविले आणि तो निघाला. झपाझप पावलं टाकीत रस्त्याला लागला.

त्याने सगळे सांगितले होते. पण दगडू पुन्हा ओरडून म्हणाला,

“अन्ना, इसरायचं न्हायी!”

अण्णा ओरडला,

“बरं-बरं.”

“पुन्याला गेल्या गेल्या पाटवायचा फोटु हिकडं.”

“अगदी!... बिनघोर राहा तुम्ही. गेल्या गेल्या तुमचं काम पहिल्यांदा. मग झालं?”

“रामराम.”

“रामराम.”

मग अण्णा हसतहसत पुढे गेला. चटाचटा पाय उचलीत तो लांब गेला. दिसेनासा झाला.

अण्णा गेल्यावर तंबाखू खाऊन दोघांनी बराच वेळ फोटोविषयी गप्पा केल्या. आपला फोटो उत्तम येणार याविषयी त्यांना बिलकूल शंका राहिली नाही. अण्णाचा चेहराच त्यांना तसे सांगत होता. हा फोटो पुण्याहून केव्हा येईल, तो कुठं लावायचा, त्याला चौकटीत ठेवायचा का साध्या छापडीवर चिकटवायचा या विषयावर दोघांनी बराच वेळ गंभीरपणाने चर्चा केली आणि मग अंधार झाला तसं ते हलले. गावाकडे गेले.

दुसऱ्या दिवशी सकाळी अण्णा मोटारने पुण्याला गेला आणि हे दोघेही

त्याच्याकडून येणाऱ्या निरोपाची वाट पाहत राहिले.

पण दोन दिवस गेले, चार दिवस गेले, आठ दिवस गेले आणि तरीही अण्णाचा काही निरोप आला नाही. त्याची चिठ्ठीचपाटी आली नाही आणि फोटोही आला नाही.

असा महिना गेला.

तेवढ्या मुदतीत त्या दोघांनी रोज टपालाच्या वेळेला देशपांड्यांच्या घरी हेलपाटे घातले. काही निरोप आला का, फोटो आला का याची पुन्हापुन्हा चौकशी केली. बोलूनबोलून आणि विचारून त्यांनी अण्णाच्या घरातल्या माणसांना झीट आणली.

शेवटी घरातल्या माणसांनाच त्याचा काव आला. त्यांनी पत्रातनं चार ओळी लिहिल्या, निरोप पाठविले आणि अण्णाला कळविले की, या दोन माणसांचा काढलेला फोटो लवकर पाठवून दे. नाहीतर त्यांचे हेलपाटे बंद व्हायचे नाहीत.

इतके झाल्यावर मग एके दिवशी अण्णाने लखोटा पाठविला आणि त्यातून फोटो पाठवून दिला.

नेहमीप्रमाणे बाबू टपालाच्या वेळेला देशपांड्यांच्या घरी आला तेव्हा त्याला बोलूही न देता गड्याने तो लखोटा त्याच्यापुढे टाकला आणि सांगितले,

"बाबू, ह्यो तुमचा फोटु आला बग आज. पळ आता."

मग बाबू तिथे फार वेळ थांबलाच नाही.

त्याने खाली भुईवर पडलेला लखोटा उचलला आणि थेट सुतारमेटाकडे धूम ठोकली.

पटाशीने काम करीत दगडू अगदी गुंगून गेला होता. बाबू आला हे त्याला कळलंही नाही.

त्याला गदागदा हलवीत आणि धापा टाकीत बाबू म्हणाला,

"दगडू, हे बघ फोटु आला."

बाबूचे शब्द ऐकल्यावर दगडूने पटाशी तिथेच टाकली. त्याच्या हातातले पाकीट ओढून घेऊन तो गडबडीने म्हणाला,

"बगू-बगू."

– आणि पाकिटातला फोटो काढून दोघेही बराच वेळ तो उलटसुलट करीत बघत राहिले.

फोटो फार अंधूक होता. जितके स्पष्ट दिसावे तितके दिसत नव्हते.

पण बाबूने तशी तक्रार केली तेव्हा दगडू म्हणाला,

"ल्येका, तुला एवढं कळाना का? सांजचा टाईम हुता त्यो. अंधार आल्याबिगर कसा ऱ्हाईल?"

हे उत्तर ऐकून बाबूचे समाधान झाले. तो म्हणाला, "अरे व्हय की, त्ये माज्या ध्येनातच नाही."

मग थोडा वेळ दोघेही तो फोटो बारकाईने न्याहाळू लागले. डोळे ताणूनताणून त्याच्याकडे पाहत राहिले.

दगडू म्हणाला,

"पण बाबू, तू यात कोनचा?"

बाबू फोटोवर एके ठिकाणी बोट ठेवून म्हणाला,

"...ह्यो अल्याडच्या अंगाला हाय त्यो मी. आन् पल्याड हायेस त्यो तू."

दगडू म्हणाला,

"अरे हॅट्!"

"का रं?"

"ह्यो अल्याड बसलोय त्यो मी, समजलं का! आन् तू मर्दा पल्याड बसलेला हायेस."

"छ्याः छ्याः! तू उगं कायतरी करायला लागलास. तसं न्हवंच."

"तसंच हाय! मी अल्याड आन तू पल्याड!"

"न्हायी, मी अल्याड अन् तू पल्याड!"

"मोटा शानाच दिसतोस तू!"

"आन् तुझा शानपणा काय पागळाय लागलाय एवढा?"

त्या दोघांत पुष्कळच वादविवाद झाला. फोटोमध्ये इकडच्या बाजूला बसलेला कोण आणि तिकडच्या बाजूला बसलेला कोण या मुद्यावर त्यांचा फार मोठा मतभेद झाला आणि तो काही केल्या लवकर मिटला नाही. दोघेही वाद करून थकले. त्यांचा घसा बसला तरी या प्रश्नाचा समाधानकारक निर्णय लागला नाही. शेवटी आपण दोघेही थोडेसे अलीकडे आणि थोडेसे पलीकडे आहोत, अशी तडजोड होऊन हा प्रश्न मिटला.

वातावरण पुन्हा शांत झालं.

एकंदरीत फोटो उत्तम काढला आहे याबद्दल दोघांचेही एकमत झाले.

– पण या फोटोमध्ये अण्णाने एकाचे धोतर काढून त्याला मुसलमानी चोळणा का नेसविला आहे आणि दुसऱ्याच्या हातात चिलीम का दिली आहे हे मात्र डोके खाजवून खाजवूनही दोघांना मुळीच समजले नाही.

□

स्वभाव

अवी जेवून शाळेला गेला होता. पाटावर बसून हे भात कालवीत होते आणि मी आमटी वाढीत होते.

यांना अगदी कढत कढत आमटी लागते. गार अजिबात खपत नाही. म्हणून मी लवकर वाढतच नाही. हे पाटावर बसतात, लिंबू पिळून भात कालवतात, मग मी आमटी वाढते. मग यांची काही तक्रार नसते. काम अगदी खुशीत असते.

आजही हे खुशीत आले. गरमगरम भाताचे घास तोंडात कोंबीत म्हणाले, ''छॉ न्छया झा आम्.''

यांना ही एक भारी वाईट खोड आहे. तोंड रिकामे आहे तोपर्यंत कधी बोलायचे नाहीत. अगदी कुलूप लावल्यासारखे बसायचे अन् खायला सुरुवात केली की, लागले बडबड करायला. खातखात चघळत बोलायचे. मी तर वजनाचे यंत्रच म्हणत असते यांना; ते असते ना मेले स्टेशनावर. आत नाणे टाकले म्हणजे लागतात चक्रे फिरायला. तोपर्यंत असते मेले अगदी गप्प. तसेच स्वारीचे आहे. मी असे म्हणायला लागले की, यांना फार हसू येते. हसतातसुद्धा खातखातच हो. इतके वाईट दिसतात! मग मलाच फार हसायला येते.

मी म्हटले,

''काय म्हणालात?''

घास गिळून हे म्हणाले,

''नाही, आमटी म्हटलं, फार छान झालीय आज.''

''म्हणजे? रोज वाईट होते वाटतं?''

''तसं नाही गं, पण आज जास्ती छान झालीय.''

मला खूप बरे वाटले. मी त्यांना आणखी आमटी वाढली. बराच वेळ ते जेवत होते. मधूनमधून काहीतरी बोलत होते. मग त्यांना एकदम काय आठवलं काय की! माझ्याकडे लागले मिश्कीलपणाने बघायला!

थोड्या वेळाने म्हणाले, "काय गं, परवा आपलं काही भांडण झालं का?"

मला काही कळलं नाही. आधीच 'च्याऊऽ म्याऊऽ' करीत बोलतात. तेच नीट समजत नाही. अन् असे काही कोड्यात बोलल्यावर तर काहीच कळत नाही. मला नाही आवडत.

मी म्हटले, "काय?"

"परवा म्हणे आपलं खूप भांडण झालं, होय?"

मी कपाळाला आठ्या घातल्या.

"मला नाही समजत असलं बोलणं. नीट सांगा."

पुन्हा यांनी तेच वाक्य उच्चारले. मी तोंडावर असा फणकारा आणला की, त्यांनी घाईघाईने खुलासा केला,

"अगं, या शेजारच्या शांताबाई आहेत ना, त्या म्हणत होत्या!"

"काय म्हणत होत्या?"

"परवा तुझं अन् माझं खूप भांडण झालं म्हणे. मग मी तुला मारलं, मग तू रडत बसलीस बराच वेळ."

मला एकदम रागच आला.

"तुम्हाला कुणी सांगितलं हे?"

"काय?"

"शांताबाई म्हणत होत्या म्हणून? का तीच बया तुम्हाला भेटली होती?"

"चल, चल! –" हे घाबरून म्हणाले. त्यांना एकदम ठसकाच लागला. डोळ्यांतून घळाघळा पाणी आलं. मी मुकाट्याने तांब्यातले पाणी शेजारच्या फुलपात्रात ओतून दिले. रागारागातच फुलपात्र त्यांच्यासमोर दणकन आदळल्यासारखे केले.

"काहीतरी काय बोलतेस? शांताबाई मला कशाला भेटताहेत?" पाणी पिऊन हे म्हणाले.

"आता मला काय माहीत कशाला ते? तुम्हीच म्हणाला म्हणून मी तरी म्हणते."

असे काही बोलले की यांना वाटते, मला कसला तरी संशय आला आहे अन् मग हे उगीचच बिचकतात. भारी भित्रे आहेत मुलखाचे. नुसत्या बायकांच्या नावानेही बिचकतात. कुणी असा लांबून संबंध जोडला तरी मग घाईघाईने सगळे भडाभडा सांगून टाकतात. मला माहीत आहे सगळे. यांच्या बोलण्याचा कंटाळा आला म्हणजे मी अशीच बोलते. मग धडाधडा सांगतात. असे फसतात.

आतादेखील ते लागले मग बोलायला.

"अगं, त्यांचा नवरा नाही का माझ्या शेजारच्या ऑफिसात? रोज भेटतोच कुठंतरी तिथे."

“जरा बावळटच आहे स्वारी –” मी म्हटले.

“बावळट कसला? पण आहे जरा धांदल्या माणूस. परवा सहज विचारत होता की, कसले भांडण झाले अन् कुरबुर झाली? मारहाणीपर्यंत येऊ नये आपण शहाण्या माणसांनी, म्हणून सांगत होता. मी विचारले, तुम्हाला कुणी सांगितलं? तर म्हणाला – बायको काल सहज म्हणत होती... म्हणून मी तुला सहज सांगितलं. समजलं?”

आता मला उलगडा झाला त्यांच्या बोलण्याचा.

“अगदी कमाल आहे हो, या बाईची!” मला त्या सटवीचा रागच आला. “इतकं धडधडीत खोटं सांगवतं तरी कसं म्हणते मी! थांब म्हणावं, मी समक्षच विचारते.”

“अगं, अगं –” हे घाबरून म्हणाले, “तसं काही करू नकोस, हं. ती एक मूर्ख बाई. पण –”

“करू नकोस म्हणजे? असं नाही चालायचं. मी विचारणार. हा काय फाजीलपणा?”

“अगं पण कशाला खेकटं उगीच? आपली गंमत म्हणून मी तुला सहज सांगायला गेलो –” हे रडकुंडीला आलेले दिसले.

“ही गंमत आहे वाटतं?”

“पण तू काही त्यांना विचारू नकोस.”

हे उठले आणि हात धुवायला मोरीपाशी गेले.

मी म्हटलं, “बरं, राहिलं.”

मनात म्हटलं, आत्ता आपण गप्प बसावे. उगीच यांच्याशी कशाला वादविवाद? हे जाऊ तर दे ऑफिसात. नाही त्या मेलीला खडसावले तर माझे नाव बदलेन. चावट मेली. ही कसली वाईट खोड! एकाचे दहा करून सांगायचे म्हणजे काय? आणखी कितीजणांना बिचारीने हे सांगितले असेल कोण जाणे!

कपडे घातल्यावर मी यांच्या हातात विडा दिला तेव्हा हे पुन्हा खुशीत आले. विडा तोंडात कोंबीत चेष्टेने म्हणाले, “अगं, आता आलं माझ्या ध्यानात–”

मी फुरंगटून म्हणाले, “काय?”

“परवा रात्री मी तुझ्या गालावर चापट मारली ना? ती बघितली असेल त्यांनी. त्याच्यावरनं त्यांनी सांगितलं असेल गं आपल्या नवऱ्याला?”

“हो, असं दाराच्या फटीतनं बघणं चांगलं वाटतं?”

“मग फट ठेवणारानं ठेवावी कशाला?”

“चला – तुमचं आपलं काहीतरीच.”

“त्यांना आपलं वाईट वाटलं असेल. त्यांचा नवरा त्यांना कधी चापट मारीत नसेल. दुसरं काय?”

"इश्श! काय पण बोलता!"

मी लाजेने लाल झाले.

"मग? खोटं आहे का?"

एवढं बोलून त्यांनी सरळ माझा गालगुच्चा घेतला. "हं, दार घ्या बाईसाहेब नीट लावून –" असं म्हणून ते भराभर बाहेर गेले.

कधीकधी फार विनोदी बोलतात हे. फार हसू येतं.

दार लावून मी खरकटी आवरली. झाकपाक केली. मोलकरीण आल्यावर तिला भांडी दिली. मग बसले कुठलं तरी मासिक घेऊन वाचीत. थोडा वेळ वाचल्यावर माझा नेहमीप्रमाणे डोळा लागला. घटकाभराने जागी होऊन बघते, तर चांगलाच उशीर झालेला होता. दीड वाजला होता. मोलकरीण कपडे दांडीवर घालून, भांडी घासून केव्हा गेली होती, देव जाणे!

माझे नेहमी असे होते. थोडेसे वाचले की मला झोपच येते. गोष्ट कधी सबंध पुरी होतच नाही. यांनी कुठलेसे मासिक मागे आणले आहे. तेच मला अजून पुरते आहे.

मग मला राहवेनाच. पायात चपला घालून दाराला कुलूप लावले. तशीच पलीकडच्या शांताबाईंकडे गेले.

शांताबाई पलंगावर लोळतच होत्या. त्यांचे आपले बरे आहे. चटपटीत काम. नवराबायको दोघंच. ना पोर ना बाळं. सारख्या आपल्या पलंगावर लोळत असतात. अन् काहीतरी चटोर गोष्टी वाचीत असतात. मग फटीतनं बघतील, एकाचे चार करून दुसऱ्याला सांगतील आणि काही वाटेल ते करतील. दुसरा धंदा काय? मला नाही आवडत असला भोचकपणा.

मला पाहिल्यावर शांताबाई उठून बसल्या. आश्चर्याने म्हणाल्या,

"या इंदुताई, या. आज हे उंबराचं फूल इकडे कुणीकडे?"

मी म्हणाले, "उगीच, आपलं सहज."

मनात आलं होतं, बोलावं चांगलं फटकळपणानं. कळतो आम्हाला बरं हा टोमणा. मी फारशी येत-जात नाही म्हणूनच ना बाई हे बोलणं? आम्हाला नाही तुमच्यासारखा रिकामटेकडा वेळ.

"बसा ना."

मी बसले. भिंतीवरच्या चित्राकडे बघू लागले.

"काय झाली जेवणीखाणी?"

"हो. झाली ना केव्हाच!"

"मोलकरीण येऊन गेली?"

"आत्ताच."

"चांगली आहे हं बाई तुमची. आमची चार-चार वाजेपर्यंत येतच नाही मेली.''

मनात आलं होतं म्हणावं – अहो कशी येणार? तुम्हाला कधी चहाचा घोट द्यायला नको. उरलेसुरले द्यायला नको. देणं-घेणं नाही. मग ती बरी बिचारी येईल लवकर? बाकी आपल्याला काय करायचं म्हणा. मला नाही चांभारचौकशा आवडत. त्यांची बाईच मला आपलं सांगत असते काहीकाही. म्हणून मला तरी माहीत.

असंच काहीतरी आमचं इकडचं तिकडचं बोलणं झालं. मग मी आपलं स्पष्टच विचारलं,

"का हो शांताबाई, एक विचारू का?''

शांताबाई आश्चर्याने म्हणाल्या,

"काय?''

"तुम्ही काय सांगितलंत तुमच्या यांना?''

"काय बाई?''

"आमची दोघांची म्हणे खूप भांडणं झाली. मग यांनी मला मारलं. मी म्हणे खूप रडले. असं तुम्ही सांगितलंत तुमच्या यांना?''

हा प्रश्न विचारताना मी त्यांच्याकडे अशी रोखून बघत होते! त्यांची अगदी तिरपीट उडाली. त्यांचे तोंड एकदम असे उतरले म्हणता!

कसेबसे सावरून घेत त्या म्हणाल्या,

"छे: बाई! कोण म्हणतं?''

"तुमचे हेच आमच्या यांना म्हणत होते –''

"काय म्हणून?''

"– की तुम्हीच त्यांना तसं म्हणालात म्हणून.''

"बाई! मी कशाला म्हणायला जाईन? मला नाही दुसऱ्याच्या चांभारचौकशा करणं आवडत! आपण बरं अन् आपलं काम बरं.''

"हो का?'' मी खोचकपणाने म्हणाले, "बरं तर, मी आता तुमच्या यांनाच विचारते संध्याकाळी.''

असा दम भरलाय! बिचारी गडबडलीच. मग म्हणते कशी, "हं-हं-हं, ते होय?''

मी ठसक्यात म्हटले,

"हो, हो तेच बरं.''

पण शांताबाई एकदम हसायलाच लागल्या. इतक्या मोठ्याने की, काही विचारू नका. आधीच अंगात वात, लागला पलंग करकरा वाजायला. नेहमी त्या अशा खोऽ खोऽ हसतात आणि मग पलंग करकरा वाजतो. मला ऐकू येत असते पलीकडचे. अन् बघायचे नाही म्हटले तरी मधल्या दाराच्या फटीतून दिसतंच.

कसंबसं हसू दाबून त्या म्हणाल्या,

"हात्तिच्या! काय मेला घोटाळा. अहो, ते तुमच्याबद्दल नाही काही बोलले मी."

"मग कुणाबद्दल?"

अगदी खासगी आवाज काढून त्या म्हणाल्या, "अहो, त्या सिंधुताई आहेत ना गोखल्यांच्या चाळीतल्या? त्यांची भानगड हो ही. परवा यांना सहज सांगत होते. यांना ऐकू आलं वाटतं 'इंदुताई'. छान! आमचे हे म्हणजे अगदी बावळटच आहेत." आणि त्या पुन्हा हसायला लागल्या.

"असं होय?"

आता मला उलगडा झाला. माझा राग एकदम गेलाच मग. तसे मलाही हसू यायला लागले! तरी मला वाटलेच होते. शांताबाई माझ्याबद्दल असे कधी बोलायच्या नाहीत. इतकी का माणसाची पारख चुकते?

मग आमच्या खूप गप्पा झाल्या. थोड्या वेळाने मी विचारले,

"सिंधुताई म्हणजे त्या जोश्यांच्याच ना!"

शांताबाईंनी मान डोलवली.

"म्हणजे त्या जराशा काळसर अन् उंच आहेत –"

"त्याच हो."

"नर्स आहेत. चालताना लफक्लफक् चालतात."

"हो."

"त्यांची काय भानगड आहे?"

शांताबाई गप्प बसल्या. मग जरा जवळ सरकल्यासारखे करून त्या हळूच म्हणाल्या,

"कुणाला बोलू नका. तुम्हाला म्हणून आता सांगते."

"बरं."

"त्यांचं अन् त्यांच्या यजमानांचं पटत नाही."

"हो का? अगंबाई! ते का?"

"त्या नर्स आहेत ना? ते म्हणे पटत नाही त्यांच्या नवऱ्याला. रात्री-बेरात्री येतात-जातात. नवऱ्याला विचारीत नाहीत. त्या बिचाऱ्याला पटत नाही. परवा झाली वाटतं भांडणं. रडत होती. रात्री मारलंबिरलं असणार नवऱ्यानं. अहो, दुसरं काय?"

"खरंच आहे."

मग बराच वेळ शांताबाई जोश्यांच्या सिंधुताईबद्दल बरेचसे काही काही सांगत होत्या. मीही त्यात इतकी गुंगून गेले की, काही विचारू नका. चाराचे ठोके पडले तेव्हा मी एकदम भानावर आले. काय बाई बोलण्यात वेळ गेला! छे! शांताबाई अशा

गोष्टीवेल्हाळ आहेत. एकदा बोलायला लागल्या म्हणजे सारखे ऐकावेसे वाटते. वेळ कसा जातो कळत नाही. मी केव्हातरी येते. पण मग अगदी हलवत नाही जागचे.

मोठी जांभई देऊन मी म्हणाले,

"जाते बाई आता. उशीर झाला."

"चहा करते ना. थांबा."

मला फारच संकोच वाटला. मी खूप नको म्हटले. पण शांताबाईंनी भारीच आग्रह केला.

"चहा नका हं आता करू – छे! छे!"

"वा! असं कुठं झालंय? चहा घेतल्याशिवाय सोडायची नाही मी –"

असे म्हणून शांताबाई भरभर आत गेल्याच. स्टोव्हला काकडा लावून त्यांनी पिन केलीसुद्धा! पाच मिनिटांत चहा आणला.

फार झटपट काम असते शांताबाईंचे.

चहा पिऊन मी त्यांचा निरोप घेतला. चपला घालून बाहेर आले. म्हटले कुलूप लावलेच आहे अनायसे घराला. इतक्यात घरात कशाला शिरा मग! जरा सावित्रीकाकूंकडे जाऊन येऊ. बसू घटकाभर.

सावित्रीकाकू सोवळ्या आहेत. एकट्याच राहतात. भारी बोलायला लागते. तळमजल्यालाच राहतात. त्यांचे आपले चांगले आहे. नळाला छान पाणी येते सारखे. नाहीतर आमचे आपले –

मला पाहून काकू म्हणाल्या,

"काय इंदुताई, काय नवं-जुनं?"

काकू सतरंजीवर बसून वाती करीत होत्या. मी त्यांच्याजवळ बसले. खोट्या रागाने म्हणाले,

"इश्श! नवं-जुनं कसलं हो नेहमी नेहमी?"

"अगं, नेहमी कसं? अवी आता सहा-सात वर्षांचा झाला असेल की चांगला," काकू माना लपकवीत बोलल्या, "आमच्या वेळी आणखीन तीन पोरं झाली असती की!"

"इश्श!"

मी लाजून गप्पच बसले.

काकू नेहमी असेच काहीतरी बोलतात. त्यांना असल्या गोष्टी भारी लागतात. एकेकाचा स्वभाव झाले.

मग इकडच्या तिकडच्या खूप गोष्टी झाल्या. मजा आली. थोड्या वेळाने मी आताच ऐकलेली गोष्ट सांगितली. जोश्यांच्या सिंधुताईंची.

काकू म्हणाल्या, ''आहे माहीत. ती नर्स ना? तशीच आहे म्हणे थोडीशी ती.''

''मला नाही माहीत.'' मी म्हणाले, ''शांताबाई आपल्या सांगत होत्या.''

''असेल असेल! खोटं असायचं नाही ते. झाली असतील भांडणं नवराबायकोची. शांताबाईला बरोबर बित्तंबातमी असती हो.''

''उद्योग काय दुसरा?'' मी म्हटले, ''रडत होती म्हणे सबंध रात्र. मारलंही म्हणे हो नवऱ्यानं.''

''मारलंही असेल. हे नवरे मारतातच बायांना. अलीकडंच अगं हे न मारायचं खूळ आलं.''

मला फार कुतूहल वाटले. नवरे मारतात बायकांना म्हणजे काय बाई? म्हणजे नेमके काय करतात? कशाने मारतात? खूप लागत असेल नाही?

''काकू, तुम्हाला मारलं होतं का तुमच्या यांनी?''

विचारलं खरं. पण मागाहून जीभ चावली. काकूंना आवडते की नाही कोण जाणे. नाहीतर पट्टा सुरू व्हायचा जिभेचा जोरात. पण काकू आपल्या छान आहेत. रागावत नाहीत लवकर.

''अगं, चांगलं दांडकं घेऊन बडवायचे! भारी माणसं तापट होती हो आमची.''

मग काकू बराच वेळ आपल्या नवऱ्याबद्दल बडबड करीत होत्या. माझे नव्हते लक्ष. मी आपली त्यांच्या वातीकडे बघत अन् त्या नर्सबद्दल विचार करीतच बसले होते. शेवटी मी म्हटले, ''ती नर्स तरी अशी कशी हो? नाही आवडत नवऱ्याला तर सोडून द्यायची नोकरी, नाही का?''

काकूंनी वातीचा गठ्ठा परडीत ठेवला.

''अगं, या नर्शिणी असल्याच. त्यांचे चोचलेच फार. पांढरं स्वच्छ पातळ पाहिजे चापून चोपून. अगदी कुट्टंकुट्टं डाग खपायचा नाही. अन् डॉक्टरशी लग्न करायला पाहिजे असतात मेल्यांना.''

''असेल बाई.''

असेच काहीतरी बोलून मी उठले. परत वर निघाले.

पण मध्येच अंगणात साठ्यांची कुसुम भेटली. साठे म्हणजे आपल्या कोपऱ्यातले. गावातच दिली आहे. त्यामुळे येते दर चार-दोन दिवसांनी घरी. भेटली म्हणजे होतात गप्पा. सारखी आपल्या नवऱ्याबद्दल बोलत असते. आमचे हे असे आहेत, तसे आहेत. यांना फलाणं आवडत नाही. दगड अन् माती. आपले ऐकून घ्यायचे झाले.

आता अंगणात भेटली तेव्हा मी म्हटले, ''काय गं कुसुम, निघालीस का परत?''

कुसुम हसत म्हणाली, ''हो ना! जरासुद्धा उशीर झालेला खपत नाही आमच्या

इकडं.''

जेव्हा तेव्हा बघावे तो हिचे नवऱ्याचेच. इतका नादिष्टपणा बरा नव्हे काही. माझं एक सोडा, पण बाकीच्या बायका नावं ठेवतात पाठीमागून.

मी ठसक्यात म्हटले,

''अजून ऑफिस सुटायला अवकाश आहे हो. आमचीसुद्धा ऑफिसं सुटायचीत की!''

तशी ती लाजली. म्हणाली, ''इश्श!''

खरे म्हणजे ती परत जायला निघाली होती. पण मी असे बोलल्यावर थांबली थोडा वेळ. अंगणात उभ्या उभ्या बोलत उभ्या राहिलो. इकडचे तिकडचे बरेच झाले. खूप सांगत होती. आपला नवरा कसा आपल्या प्रत्येक गोष्टीला माना डोलावतो, सासूबाई कशा गरीब आहेत, काही काही सांगत होती आपले.

मी आपली 'हो का, हो का' म्हणत होते. शेवटी सहज आपले विचारले,

''मग तुला खूप निवांतपणा मिळत असेल आता?''

कुसुम म्हणाली, ''हो, खूप. काही काम नसतं घरी मला.''

''चैन आहे गं मग! छान आहे.''

''मी आता नर्सिंगचा कोर्स घेणार आहे, इंदुताई. वेळ असतो मोकळा. तेवढंच शिकून होईल नाही का?''

तिचे हे बोलणे ऐकून मी एकदम घाबरूनच गेले. ''तू मुळीच त्या नादाला लागू नकोस कुसुम बरं का. चांगला नाही म्हणे तो कोर्स.'' मी एकदम म्हणाले.

कुसुम इतकी आश्चर्याने बघायला लागली माझ्याकडे.

''का हो? काय झालं?''

''अगं, एकेक ऐकावं ते नवलच –''

मग मी तिला सगळे समजावून सांगितले. मला मुळी चैनच पडेना. तिला स्पष्टच सांगितले की नर्स झाले की, चोचले फार करावे लागतात. रात्री-बेरात्री जावे-यावे लागते. मग घरी भांडणं सुरू होतात. न जाणो, नवरा एखाद्या वेळेस तुझ्यावर चिडेल, रागावेल. मग तुम्हा दोघांची भांडणं होतील. तो तुला मारीलसुद्धा एखाद्या वेळेस. बसशील मग दिवसरात्र रडत. या जोश्यांच्या सिंधुताईंचे काय झाले? हेच. बसली आता रडत जन्मभर. नवरा घराबाहेरही काढील तिला. काय नेम सांगावा!

माझे हे बोलणे ऐकून कुसुम इतकी चकित झाली की, काही विचारू नका. डोळे विस्फारून तिने विचारले,

''काय झालं जोश्यांच्या सिंधूचं?''

''मला तरी कुठं नक्की माहीत आहे! पण नवऱ्यानं तिला काठीनं बडवलं म्हणतात.''

"कशासाठी पण?"

"कुणास ठाऊक! पण म्हणतात असं हं! कुठल्याशा डॉक्टरशी लग्न करायचं आहे म्हणे तिला."

"अगं बाई!"

"मग सांगते काय! तू आपली हज्जारदा आधी विचार कर बाई. मगच काय ते कर."

असे म्हणून मी जिना चढून माडीवर गेले. कुलूप काढून दार उघडले. चपला काढल्या. म्हटले आता सगळे येतील बाहेरून. चहाची तयारी करून ठेवावी. काहीतरी खायला करावं. वेळेवर सगळे झाले म्हणजे बरे असते.

पिन काढून फराफरा स्टोव्ह पेटवला. आधणाला पाणी घेतले.

तेवढ्यात शांताबाईंची मोलकरीण काम संपवून जाताना दिसली. आमच्या मोलकरणीची ती जाऊच. त्यामुळे नेहमी येते-जाते. काम नसले म्हणजे मी बसते घटकाभर तिच्याशी बोलत. बडबडी आहे. खूप सांगत असते शांताबाईंच्या गोष्टी एकेक. मी कशाला चौकशी करायला जाते आहे म्हणा! मला नाही आवडत असल्या रिकामटेकड्या चौकशा. पण तीच सांगत बसते गमती एकेक. शांताबाईंच्या इतक्या बारीकसारीक गोष्टी तिने मला आतापर्यंत सांगितल्या आहेत म्हणता!

सज्जातून ती चालली होती. मीच तिला हाक मारली.

"काय गंगुबाई, निघालात का घरी?"

गंगुबाई थांबली. दरवाजाला टेकून उभी राहिली.

"निघाले न्हवं का. आत्ताच आटपलं काम बाई."

"काय म्हणताहेत?" मी डोळ्यांनी खूण करून विचारले.

"काय म्हणायच्यात? बसल्यात कायतरी वाचत."

"बरं आहे बाई त्यांचं. तुमच्या-आमच्यासारखं नाही." मी चहासाठी स्टोव्हवर आधण चढवीत म्हणाले, "तर काय!"

असेच इकडचे तिकडचे बोलणे झाले. थोडा वेळ उभ्याउभ्यानेच गप्पा झाल्या. मग ती आतच आली. चहाचा कप दिला तशी लागली काहीतरी बोलायला. शांताबाईंनी सांगितलेली भानगड मी तिला सांगितली. म्हटले, विचारावे हिला. तिच्याजवळ काही आणखी बोलल्या असल्या तर कळेल तेवढंच. पण तिला काही माहीत असल्याचे दिसले नाही. आतल्या गाठीच्या आहेत शांताबाई.

मग मी म्हटले, "अहो, मला तरी काय माहीत? त्याच म्हणत होत्या म्हणून कळलं."

"आसंल बया."

"काहीतरी भानगड आहे म्हणे त्या नर्सची डॉक्टरशी."

''अगं बया!''

''अगं, हा नर्सचा धंदाच वाईट.''

''कोणता डॉक्टर हो हा?''

''काय बाई माहीत नाही. भानगड आहे एवढंच खरं! असणारच! नवरा उगीच का मारील? तुम्हीच सांगा.''

''व्हय की!''

''चांगलं काठीनं बडवलं म्हणतात गुरासारखं. रात्रभर ओरडत होती हो.''

गंगुबाई ठसक्यात म्हणाली,

''रडणारच की आता. आन् नवऱ्यानं तरी दुसरं काय करावं? बडीवनारच त्यो. असली भानगडखोर बायकू. काय करील बिचारा? आवो, काय कारन न्हाई तर माजा नवरा ठोकून काडतो मला एखांद्या बारीला.''

''अगो बाई!'' मी घाबरून म्हटले, ''इतकं मारतात तुमच्यात? विनाकारण?''

''मारत्यात म्हंजे? चांगलं कपाळ फुटतं ना एखांद्या बारीला. ह्ये रगात निघतं!''

''भारीच बाई वाईट चाल आहे तुमच्यात. हिलासुद्धा असंच मारलं असेल नवऱ्यानं तिच्या. त्याशिवाय नाही रडायची इतकं. नाही का हो?''

''आसंल बया.''

असेच काहीतरी बोलून गंगुबाई उठली. चहाची कपबशी तिने विसळून ठेवली. पालथी घातली. मग निघून गेली. खरे म्हणजे मी तिला आणखी बसवून घेणार होते. पण अवी शाळेतून परत यायची वेळ झाली होती. हेही आलेच असते. आल्याबरोबर दोघेही लगेच खाईन खाईन करतात. बापलेक अगदी सारखे आहेत. अगदी उशीर खपत नाही.

पोहे भिजवून फोडणीला टाकले. तेवढ्यात दोघे आलेच.

खाऊन झाल्यावर अवी गेला खेळायला. हे तेवढे बसले एवढे एवढे करीत खात. भारी चेंगट आहेत. लवकर संपवीतच नाहीत. एरव्ही मला अस्सा कंटाळा येतो. पण म्हटलं ते बरं झालं; यांना एकदा सांगून टाकायचेच होते सगळे.

डावाने आणखी पोहे यांच्या बशीत घालीत म्हटले, ''त्या जोश्यांच्या सिंधुताईंची भानगड कळली का तुम्हाला?''

''जोश्यांच्या सिंधुताई?'' हे डोळे विस्फारून म्हणाले, ''कोण बुवा? माझ्या नाही लक्षात आलं.

''अहो, ती नर्स आहे.''

''असेल.''

''गोखल्यांच्या चाळीत राहते पाहा पलीकडे -''

''हो का?''

“अशी उंच अन् गोरी आहे हो ती? –”

“बरं बरं, तिचं काय?”

“तिने भानगड केली म्हणे हो डॉक्टरशी!”

मग मी यांना सगळी हकीकत जशीच्या तशी सांगितली. काही एक बाकी ठेवलं नाही. या नर्सबाई रात्री-बेरात्री कशा येतात-जातात, नवरा कसा भयंकर चिडला, ते सगळं सांगून टाकलं. मग नवऱ्याने तिला काठीने बडवलेच. बसली रात्रभर रडत. काडीमोडसुद्धा घेतील एखाद्या वेळेस दोघं!

सगळं सांगून टाकलं.

बशीतले पोहे संपवून दोन्ही हात टाळ्या वाजवल्यासारखे झाडीत हे म्हणाले,

“तुला कुणी सांगितली पण ही भानगड?”

“शांताबाईंनी! आपल्या शेजारच्या.”

“म्हणजे?”

“म्हणजे, म्हणजे?” मला नाही यांच्या बोलण्याचा अर्थ कळला.

“तू गेलीसच का शेवटी त्यांच्याकडे?”

हे जरा चिडल्यासारखे दिसले. मग मीही मुद्दामच जास्त चिडल्याचे सोंग केले.

“हो, गेले होते. आले बरं विचारून सगळं.”

मग बसले गप्प. थोड्या वेळाने म्हणाले,

“बरं मग? काय म्हणाल्या त्या?”

“अहो, खरंच. ती गंमत सांगायची राहिलीच –”

मी तो सगळा घोटाळा त्यांना समजावून सांगितला. त्या खरे म्हणाल्या, ‘सिंधुताई.’ त्यांच्या नवऱ्याला म्हणे ऐकू आलं ‘इंदुताई’. म्हणजे त्यांना वाटलं मीच. म्हणून ते तुम्हाला तसं म्हणाले. अस्सा घोटाळा केला त्यांनी. बावळट म्हणतात ते काही उगीच नाही.

मला वाटले, यांना हसू येईल. पण यांनी कपाळाला आठ्या घातल्या.

“अन् त्यांना कुठून कळली ही भानगड?”

“काय की बाई! असेल कळलं कुठूनतरी.”

“हूं –” हे चेहऱ्यावर नापसंती दाखवून कुजबुजले, “पण शांताबाईंनी तरी अशा गोष्टी नवऱ्याजवळ कशाला बोलाव्यात? काही अक्कल आहे की नाही?”

“आता बघा म्हणजे झालं!” मलाही यांचे बोलणे पटले. “ऐकून घ्यायचं अन् सोडून द्यायचं, नाही का? तशा बाकी चांगल्या आहेत हो –”

पण हे सांगतानाच शांताबाईंचा मला भारी राग आला बाई. खरे असेल नाहीतर खोटे, पण हे नवऱ्याजवळ बोलायचे काही नडले होते का? रिकाम्या चौकशा कशाला हव्यात आपल्याला नाही का? अन् मी म्हणते, केल्या – आपल्या

आपल्याशीच ठेवाव्यात की! पण नाही. सतराजणांशी बोलून बोभाटा करतील. गावभर डांगोरा पिटतील.

मला नाही आवडत असले काही!

स्वभावाला आपले औषध नाही म्हणून गप्प बसायचे झाले. पण चांगला नव्हे हा स्वभाव!

मी असा विचार करीत होते. तेवढ्यात बाहेर गडबड ऐकू आली. टांगा वाजल्यासारखा वाटला. गच्चीत जाऊन बघते तर द्वारकाबाई गावाहून आलेल्या. चांगल्या पंधरा दिवसांनी आलेल्या. त्यांना काय माहीत असणार कोण सिंधुताई अन् कसली भानगड!

मग मला बाई राहवेना. तशीच उठले आणि लगबगीने त्यांच्याकडे गेले.

□

पोलीस-तपास

नारायण कॉन्स्टेबल इतके दिवस जिल्ह्याच्या गावी होता. खात्यात चिकटल्यापासून तो दुसरीकडे कोठे गेला नव्हता. एकाच ठिकाणी त्याने तीन-चार वर्षे काढली होती. कामही बऱ्यापैकी केले होते. आता नुकतीच त्याची तालुक्याला बदली झाली होती. तालुक्यात हिंडण्याचा, गावगन्ना फिरण्याचा त्याला अजिबात अनुभव नव्हता. पण तो घ्यायची त्याची तयारी होती. कुणीकडून तरी काम करावे, वरिष्ठाने पाठ थोपटावी आणि भराभर बढती मिळावी, अशी त्याची साधीसुधी इच्छा होती. त्यामुळे कुणीही कसलेही काम सांगितले, तरी इतरांप्रमाणे तो अंगचोरपणा करीत नसे. चटदिशी होय असे म्हणत असे आणि आपल्या कामाला निघत असे. त्यामुळे वरच्या साहेबांचे त्याच्याविषयी बरे मत होते.

तालुक्याला बदलून येऊन त्याला पंधरा-वीस दिवस झाले होते. अजून तो गावगन्ना रजिस्टर भरू लागला नव्हता. ऑफिसातली बारीकसारीक कामे सांभाळीत होता. तेवढ्यात त्याला हवी असणारी गोष्ट घडून आली.

कुठल्यातरी गावच्या पाटलाच्या महारामार्फत वर्दी-रिपोर्ट आला. गावात कुणाचे तरी घर फुटले होते. चोरी झाली होती आणि पुढच्या सगळ्या भानगडीसाठी पोलिसांची गरज होती. संशयित आरोपी गावात कुणीतरी होता. तेव्हा पंचनामा पाहून, चार गोष्टींची खात्री करून घेऊन, जमल्यास कुणालातरी धरून तालुक्याला परत यायचे होते.

रात्री रोल कॉलच्या वेळी साहेबाने नारायणला हाक मारून ही गोष्ट समजावून दिली आणि विचारले,

"मग? जातोस का तू?"

नारायण मनातून थोडासा खट्टू झाला होता. कारण तालुक्यातले काम म्हणजे मोठा खून, धाडसी दरोडा, जबरी अत्याचार अशा त्याच्या कल्पना होत्या आणि अशा प्रकरणांचा तपास करण्यात मौज होती. हिमतीची गोष्ट होती. हे प्रकरण अगदीच साधे होते. कुठलीतरी चोरी काय आणि तपास तो काय करायचा? त्यातून

चोरीचा वहीम गावातल्या कुणावर तरी होता. म्हणजे तर फार साधे काम. जरा आडवेतिडवे घेतले की सापडेल माणूस. त्यात एवढी बहादुरी ती कोणती असणार होती?

पण मनातले हे विचार नारायणाने बाहेर दाखविले नाहीत. तो उत्साहाने म्हणाला,

"होय साहेब, जाईन की! त्यात काय मोठंसं?"

सखाराम कॉन्स्टेबल साहेबाच्या मागल्या बाजूला उभा होता. नारायणचे उत्तर ऐकल्यावर आश्चर्याचा भाव आणून तो म्हणाला,

"अरे! काल तुला ताप आला होता ना? मग कशाला जातोस? बरं वाटत नसलं तर राहू दे."

साहेब चांगला माणूस होता. सखारामकडे बघत तो म्हणाला,

"असं का? मग राहू दे. दुसरं कुणीतरी जाईल."

नारायणला आश्चर्य वाटलं. त्याला काही कळलं नाही. सखारामने केलेल्या खाणाखुणांकडे दुर्लक्ष करून तो बोलला,

"कोण मी? अन् आजारी? छ्या: छ्या:!"

साहेब खुलाशासाठी सखारामच्या तोंडाकडे बघू लागला, तसा सखारामने भोळेपणाचा आव आणून घाईघाईने खुलासा केला.

"कोण म्हटलं बरं?... कुणीतरी म्हटलं मघाशी की, तुला ताप आला होता काल म्हणून."

नारायणाने जोरजोरात मान हलविली.

"नाही बुवा! कुणीतरी चुकीचं सांगितलं मग!"

साहेब संथपणे म्हणाले,

"असो, तुझी तब्येत ठीक आहे ना?"

"अगदी ठणठणीत!"

"मग जाणार उपरीला?"

"हो. जातो की!"

"शाबास! मग नीघ उद्याच्याला."

"होय साहेब."

"नीट तपास कर. आरोपी पकडून आणायचा इथं. बघू तुझी बहादुरी."

"बरोबर करतो काम साहेब. बघा तर खरं."

मग साहेबाने त्याला आणखी काही गोष्टी सांगितल्या. सूचना दिल्या. त्या सगळ्या नारायणाने नीट लक्ष देऊन ऐकल्या. ऑफिसातले राहिलेले काम संपविले. गावगन्ना रजिस्टरात पहिल्यांदाच नोंद केली आणि साहेबाला पुन्हा एकदा सांगून तो

लगबगीने बाहेर पडला. भराभर पावले उचलून रस्त्यावर आला तेवढ्यात कुणीतरी हाक मारली,

"अहो नारबा –"

हाक ओळखीची वाटली म्हणून नारायण थांबला. मागे वळून पाहू लागला. बघतो तर सखाराम उभा.

"का हो?"

"चला की. आम्हालाही यायचंच आहे बाहेर."

"चला."

दोघेही बरोबरीने पावले टाकीत रस्त्यावरून निघाले. सखाराम थोडा वेळ मुकाट्याने चालला. मग म्हणाला,

"तुला काय खुळबीळ लागलं काय नारायण?"

"आं?... काय?"

"न्हायी, येडाबिडा हायेस काय म्हटलं?"

नारायणला काही कळले नाही. तो 'आ' करून सखारामकडे बघत राहिला.

"का? काय झालं काय?"

सखारामाने नुसताच हावभाव करून त्याचा निषेध केला.

"सांगतोय मी, खुणा करतोय, ताप आला होता ना म्हणून विचारतोय चांगलं, तर तुजी आपली एकच रिघाटी – 'व्हय साहेब, व्हय साहेब!' ह्यॅ:!"

"असं होय? तरी म्हटलं तू तोंडं का वेडीवाकडी करीत होतास साहेबाच्या मागं उभा राहून? मला वाटलं, साहेबाची नक्कल करीत होतास."

"काय, बोलतोस काय मर्दा!"

"बरं पण काय, म्हणणं काय तुझं?"

"कशाला रिकामी कटकट लावून घेतलीस पाठीमागं?"

"म्हणजे?"

मग सखारामाने दहा-पाच मिनिटं खर्च करून आपलं म्हणणं सांगितलं. तालुक्यातील फिरती हे भारी वाईट काम असते. नसता ताप होतो. चालून हिंडून पायाचे तुकडे पडायची वेळ येते. पोटाला वेळेवर आहे आहे, नाही नाही. एखाद्या वेळी भाकरी आणि मिरची यांचे फाके मारावे लागतात आणि एखाद्या वेळी तर शुद्ध आणि स्वच्छ पाण्यावरच भूक भागविण्याची पाळी येते. म्हणून सहसा कुणीही हे काम पत्करत नाही. अगदीच गळ्यात पडलं तर कुणीकडून तरी गेल्याचा आणि चौकशी केल्याचा रिपोर्ट टाकायचा, मोकळं व्हायचं. आरोपी धरून आणतोच असल्या विचित्र प्रतिज्ञा तर कुणीच करीत नाही. शहाण्या माणसाने प्रकरण फाईल करून मोकळे व्हायचे असते. पुढच्या उद्योगाला लागायचे असते.

इतका सगळा उपदेश करून सखाराम म्हणाला,

“म्हणून तुला मघाशी बाबा चांगलं सांगत होतो –”

नारायणला काही मनातून त्याचे बोलणे पसंत पडले नाही. तो तुटकपणे म्हणाला,

“अरे, पण कामं करून दाखवायला नको का आपण? त्याशिवाय कसं होईल? बढती कशी मिळेल?”

“ह्यॅ:! बढती काय मर्दा, मिळतच आसती! ती कुणासाठी थांबून राहत नसती. आलं लक्षात?”

“पण सांगितल्याप्रमाणे काम केलं, धरून आणला आरोपी खरोखरी तर नाव होत नाही का आपलं?”

“मिळव बाबा नाव. खच्चून मिळव.”

असे म्हणून सखाराम घरी गेला. मनाशी काहीतरी ठरवीत नारायणही आपल्या घरी गेला. पहाटे उठून जायचे म्हणून जेवणखाण करून लवकर झोपला.

नारायण बाहेर पडला त्या वेळी पहाटेचे चार-साडेचार झाले होते. आभाळ काळ्याकुट्ट ढगांनी गच्च भरलं होतं. सगळीकडे असा अंधार दाटला होता की, पायाखालचेही धड दिसत नव्हते. वारा पडला होता. उकडल्यासारखे वाटत होते. पाऊस येण्याची सगळी चिन्हे होती.

नारायणाने सायकलचा जोरात झपाटा मारला. पाऊस यायच्या आत नीट वाटेला लागले म्हणजे बरे. उपरी पाच कोस आहे. निदान दीड तास तरी लागणार. उजाडायला तिथे जाऊन काम आटोपले तर बरेच! पोलीस पाटलाच्या माहितीने कुठे तरी जेवावे आणि पुन्हा टांग मारावी. माणूस मिळाला तर धरून आणावा. मिळाला तर नकोच, मिळवायचाच! मग घरी परत यायला रात्र झाली तरी हरकत नाही.

इतके सगळे मनाशी घोकीत नारायणाने जोरात सायकल मारली.

गाव मागे पडले. मोठी सडक लागली. गावाजवळची थोडी झाडी मागे राहून उघडेबोडके माळरान लागले.

– आणि एकाएकी जोराचा पाऊस सुरू झाला.

दिवस पावसाळ्याचे होते. हस्त नक्षत्राच्या पावसाने एकदम असा तडाखा उडविला की, दोन मिनिटांत जिकडे तिकडे पाणीच पाणी झाले. एखाद्या लोखंडाच्या कांबीसारख्या जाड धारा एकाएकी कोसळू लागल्या. निवाऱ्याला तर आसपास एक झाड नव्हते. नारायण असा चिंब भिजून निघाला की वा! त्याचे सबंध कपडे पाण्यात बुचकळल्यासारखे दिसू लागले. कपड्यांवरून पायापर्यंत थेट पाण्याची धार लागली. डोळ्यांना काहीच दिसेना. तोंडावरून एकसारखा हात फिरवीत, पाणी निपटून काढीत नारायणाने आणखी थोडा वेळ सायकल मारली. पण पिशवीतल्या कामाच्या

कागदाची आठवण होताच तो दचकला. हे कागद एकदम भिजून गेले तर मग सगळा बेंडबाजा. मग कशाचा तपास अन् कशाचा काय!

मुकाट्याने खाली उतरून त्याने सायकल थांबविली. पिशवी चाचपली. कागद भिजायच्या बेतात आलेच होते, पण अजून भिजले नव्हते. सुटकेचा नि:श्वास सोडून त्याने ते बंडल घाईघाईने काढले आणि कपड्याच्या आत पोटाशी खोवले. तोवर कागदाच्या पोटात थोडाफार पाण्याचा साठा झालाच होता. पण आता त्याला काही उपाय नव्हता.

समोरचे काही दिसत नसताना सायकल मारणे हा प्रकार तितकासा सोपा नाही हे नारायणाच्या ध्यानात आलेच होते. म्हणून तो पुन्हा बसलाच नाही. हातात सायकल धरून तसाच निघाला.

पाऊस एकसारखा कितीतरी वेळ सडसडत राहिला. ढग गडगडले. मोठमोठ्या विजा चमकल्या. पाण्याचे लोटच्या लोट रस्त्यावरून वाहू लागले. कपड्यांतून पाणी आत अंगात शिरले. सचैल स्नान केल्यासारखे वाटू लागले. अंग चांगलेच काकडले तरी नारायण चालतच होता. मधूनमधून कडाडणाऱ्या विजांच्या उजेडात रस्ता बघून चालत होता.

असा तास-दीड तास गेला आणि मग पाऊस हळूहळू कमी झाला. आभाळ निवळले. अंधूक दिसू लागले.

पाऊस चांगला बंद झाल्यावर नारायणला जरा हुशारी वाटली. 'ॐ! चालायचं असं एखाद्या वेळी' असे पुटपुटत त्याने सदरा काढला. पायजमा काढला. सगळे कपडे पिळून त्यातले पाणी निथळले आणि मग पुन्हा अंगात घातले. आता दिसायला लागण्याइतके फटफटले हे बघून त्याने पुन्हा सायकलवर टांग मारली. तशा रस्त्यातून पायटे मारले.

दहा-पंधरा मिनिटे नीट गेली. फर्लांग, दोन फर्लांग अंतर नीट तुटले. मग काय बिघडले कोण जाणे, एकाएकी सायकलची साखळीच निसटली. पायटे एकदम अधांतरी फिरले आणि सायकलचे चाक कडेने चिखलात घसरून असे आडवे झाले की, नारायण एकदम खाली कोसळला. धपदिशी चिखलात पडला. राडीने, घाण पाण्याने त्याचे सबंध कपडे भरले. तोंडावरही एक पातळ काळा थर एकसारखा सगळीकडे बसला. सायकलखाली एक पाय अडकून त्याला चांगला मार बसला आणि तो मोठ्यांदा ओरडला, "मेलो, मेलो! अगं आई गं!"

जवळून वाहणाऱ्या ओघळीतल्या पाण्याने अंग आणि कपडे यांच्यावरील राड पुसून नारायणने साखळी बसविली आणि तो पुन्हा वाटेला लागला तेव्हा आणखी अर्धापाऊण तास गेला होता. त्याच्या कपड्याला निराळा रंग आला होता. सायकलची चेन एकसारखी खाली पडत होती. वर बसणे शक्यच नव्हते.

आता आभाळ चांगले निवळले होते. उन्हे पडली होती. पावसानंतर येणारा गार वारा अंगाला झोंबत होता. जिकडे तिकडे चिखल राड झाली होती. रस्त्याकडेने गढूळ पाणी खळाळत चालले होते.

दुखणारा पाय तसाच ओढीत नारायण आणखी थोडा वेळ चालला. कण्हतकुथत चालला. शेवटी रस्त्यात दोन-तीन गाडीवाटा फुटल्या, तिथे गोंधळून उभा राहिला. नेमकी उपरीची वाट कोणती याचा अदमास घेत थांबला. काय करावे हे मनाशी ठरवू लागला.

तेवढ्यात समोरून एका हडकुळ्या तट्टावरून येणारा म्हातारा त्याला दिसला.

नारायणाने सुटकेचा निःश्वास सोडला. देवच धावून आला म्हणायचा! कुणी भेटले नसते तर आपण काय केले असते? कुणाला विचारले असते? हा म्हातारा भेटला हे ठीक झाले. त्याला विचारले म्हणजे संपले.

एका हातात सायकल धरून वाट पाहत नारायण उभा राहिला. मोठ्या कष्टाने थांबला. पण म्हाताऱ्याचे तट्टू अगदीच अस्सल होते. ते इतके हळू चालत होते की, ते स्वतः चालत होते असे वाटतच नव्हते. बिचारा रस्ता अंग चोरून कसाबसा त्याच्या पायाखालून चालला असावा, असेच कुणीही शपथेवर सांगितले असते.

सुमारे पंधरा मिनिटांनी तट्टू नारायणच्या सायकलजवळ येऊन डेरेदाखल झाले तेव्हा नारायणने हुश्श केले. मग एक हात वर करून वर बसलेल्या म्हातारबुवांना तो म्हणाला,

''रामराम पावणं!''

म्हातारा मिचमिच डोळे करून त्याच्याकडे लांबून पाहत होता. चेहऱ्यावर आणखी सुरकुत्या पाडून हातवारे करून तो खेकसला,

''आं?''

''ही वाट कुणीकडची?''

म्हाताऱ्याने एक हात पाठीमागच्या कानाला लावला.

''काय?''

''उपरीची वाट कोणती?''

म्हाताऱ्याने तोंड जरा वेडंवाकडं केलं. हा समोरचा माणूस काय बोलतो आहे हे समजून घेण्याचा अदमासाने प्रयत्न केला. पण त्यात त्याला यश आल्याचे चेहऱ्यावरून दिसले नाही. शेवटी पुन्हा खेकसून म्हणाला,

''काय म्हणाला?''

नारायणने थकून जाऊन एक सुस्कारा सोडला. मग नेट धरून त्याने मोठ्यांदा विचारले तेव्हा म्हाताऱ्याच्या चेहऱ्यावर समजल्याचे हसू पसरले. मान डोलवीत तो म्हणाला,

"उपरी व्हय?"

"हां, हां –"

"हाये हाये उपरी हाये."

"ते मला माहीत आहे हो. कोणत्या वाटेनं जायचं?"

"लई चिखल –"

"असू द्या."

म्हाताऱ्याने हाताने वाट दाखविली तेव्हा नारायणने त्याला रामराम केला. तट्टू चालू लागले. हळूहळू चार-पाच पावले पुढे गेले. नारायणाला वाटले, आणखी काही गोष्टी विचाराव्यात. माहिती घ्यावी. पण म्हाताऱ्याचा एकंदर नूर बघून त्याने आपला बेत रद्द केला. तो मुकाट्याने उपरीच्या वाटेला लागला.

वाट कच्ची होती. ठिकठिकाणी वेडीवाकडी झाली होती. खाचखळगे होते. दगडधोंडे, काटेकुटे होते. पावसाच्या पाण्याने त्यात आणखी गंमत आणली होती. ढोपर ढोपर चिखल झाला होता. नारायणचा पाय एकदम एका खड्ड्यात गेला आणि मुरगळला. पहिला पाय दुखत होताच. राहिलेला पायही लचकला तेव्हा मात्र तो मटकन खाली बसला. कपाळाला हात लावून विचार करू लागला. ही नसती पीडा आपण पाठीमागे लावून घेतली असे त्याच्या मनात एकसारखे येऊ लागले. रात्री सखाराम जे बोलला ते खरे होते अशी उगीचच रुखरुख वाटू लागली. पण छे! असे वाटणे बरोबर नव्हते. काम म्हणजे काम. त्यात थोड्याफार अडचणी यायच्याच.

मनातले विचार झटकून देऊन नारायणाने काहीतरी ठरविले. मग बराच वेळ खटाटोप करून त्याने सायकलची चेन नीट बसविली. ती पुन्हा पडणार नाही असा बंदोबस्त केला आणि सायकलवर टांग मारली. दुखऱ्या पायानेच जोरात पायटे मारले.

धडाधड आपटत, ठेचकाळत आणखी एक फर्लांगाची वाट सरली.

मग फुस्स करून आवाज आला. नारायणाला जोरात हिसका बसला. कंबरेत एकदम सणक भरली.

धडपडून खाली उतरून नारायणाने पाहिले. त्याने केलेला अंदाज अगदी बिनचूक होता.

सायकलीचे पुढचे चाक एकदम पंक्चर झाले होते.

आता मात्र कठीण होते. चालणे तर कठीण होतेच, पण सायकल निरुपयोगी झाली होती. अंग गारठले होते आणि अंगातला उत्साहही वितळत होता.

सायकल आणि पाय दोन्ही ओढत जडपणे कसाबसा अर्धा तास काढला. पण मग अगदीच कठीण झाले. एक पाऊल पुढे पडेना. डोळ्यांना अंधारी आल्यासारखी वाटू लागली. सगळ्या अंगात शिणवटा भरला. शेवटी कुठलीतरी वस्ती मध्ये

लागली तेव्हा तो थांबला. सायकल रस्त्यावर टाकून मटकन खाली बसला. वस्तीवरचे कुत्रे त्याच्याकडे बघत मोठमोठ्याने भुंकू लागले.

थोड्या वेळाने एकजण पटकेवाला गडी वस्तीबाहेर आला. रस्त्यावर येऊन नारायणाकडे बघत उभा राहिला. तेव्हा नारायण भुईसपाट सुरात म्हणाला,

“उपरी किती लांब राहिली हो अजून?”

“उपरी? आसंल कोसभर. लई न्हाई.”

गाव अजून कोस, दीड कोस आहे म्हटल्यावर नारायणाच्या काळजाने ठाव सोडला. त्याची उरलीसुरली शक्ती एकदम खलास झाली. थकून जाऊन तो बोलला,

“अजून कोस, दीड कोस आहे?”

“मग काय लबाड सांगतो व्हय आमी?” त्या पटकेवाल्याला एकदम राग आल्यासारखा दिसला.

“तसं नाही हो –”

“मग कसं?”

“आता चालायचं कसं इतक्या लांब?”

“का? सायकलीचं काय करता तुमी मग?”

“पंक्चर आहे. तुमच्याकडे सामान आहे का?”

“ह्यॅः ह्यॅः! आमच्याकडे सायकल आसती फकस्त. पंक्चर समदं तालुक्याला!”

“मग पंक्चर झाली तर?”

“तरवडाचा पाला भरायचा. पंक्चरचा बाप हाये त्यो.”

“मग देतो का गड्या भरून आमच्या सायकलीत?”

पटकेवाल्याने उपरोधाने मुंडके हलविले.

“भले! हा बरा उपकार झाला भायेर आलो ते. चुकलं म्हणा की आमचं!”

पाहुण्याची अशी बडबड आणखीही थोडा वेळ चालू राहिली असती. पण नारायणाची सहनशक्ती आता संपुष्टात आली होती. थोडा वेळ गप्प राहून त्याने बघितले. मग जरा पोलिसी हिसका दाखविला. गुरगुर केली, दम भरला तेव्हा पाव्हणा एकदम नरमला. हा गडी साधासुधा नसून अगदी शंभर टक्के पोलीस आहे अशी त्याची खात्री पटल्यावर तो हबकला. गडबडीने त्याने तरवडाचा पाला ओरबाडला आणि सायकलच्या टायरमध्ये गच्च भरला. सायकल नीटनेटकी केली. न मागता नारायणला प्यायला पाणी आणून दिले. प्रेमळपणाने सूचना केली.

“गावात पाणी अजिबात पिऊ नगा हां हवालदार.”

आपला दुखरा पाय चोळीत नारायण रस्त्याकडेलाच तंगड्या फाकून एखाद्या कात्रीसारखा बसला होता. तो आश्चर्याने म्हणाला,

"का बरं?''

"सबंध नासलंय गाव.''

"नासलंय म्हणजे?''

"समद्या गावात नारू झालाय. जे ते लंगडत चालतंय. घरोघर दणका हाये नुसता!''

आता नारायण दचकला.

"बापरे! आता मग?''

"मग काय? पाणी प्यायचं न्हाईच. एकदम घरी जाऊनच पेयाचं.''

एक अक्षर न बोलता नारायण उठला. सायकलवर टांग मारून निघाला. हळूहळू पाय मारीत गावापाशी येऊन पोचला तेव्हा दुपारचे बारा वाजून गेले होते. वरून अश्विनातले ऊन तापत होते आणि पोटात कावळे ओरडत होते. भयंकर भूक लागली होती. पायातला ठणका सगळ्या अंगात उतरला.

गावच्या शिवेजवळ येऊन पोचल्यावर नारायण कसाबसा खाली उतरला. चालू लागला. गावात शिरल्याबरोबर समोर दिसलेल्या माणसाला हाक मारून त्याने विचारलं,

"ए, पाटील कुठं आहेत?''

"पाटील –''

असं म्हणून त्या माणसाने डोळे मिटून एकदम जे तोंड वर आभाळाकडे केलं, ते बराच वेळ खालीच आणलं नाही. नारायणने पुन्हा प्रश्न विचारले तेव्हा तोंड खाली आलं. डोळे उघडले गेले.

"पाटील असतील की घरीच!''

"का चावडीवर?''

"व्हय, व्हय चावडीवर बी असत्याल हं.''

"न्हाईतर रानात बिनात गेले असायचे एखाद्या वेळी.''

"त्याचा काय नेम! रानातसुद्धा गेले असतील.''

हे उत्तर ऐकून नारायण कंटाळला.

"गावालाबिवाला निदान गेले नाहीत ना?''

"गेले तर काय आमाला इचारून जातात? काय काम निघालं तर जाणारच की हो माणूस.''

त्या माणसाचा हा प्रकार पाहून नारायणने त्याचा नाद सोडला. तो तसाच पुढं गेला. वाटेत भेटलेल्या आणखी एकदोघा माणसांना त्याने गाठले. त्यांच्याजवळ चौकशी केली तेव्हा त्याला समजले की, पाटील घरीच आहे. त्याला नारू झाला असल्यामुळे स्वारी चार दिवस झाले निजूनच आहे. कुठे घराबाहेर पडलेली नाही.

घरी जाऊन पाटलाची ओळखपाळख झाल्यावर नारायण हाशहुश करीत बसला. थोड्या वेळाने म्हणाला, ''बरं, आपलं काम करू मागनं. मला लागलीय भूक–''

''आसं का?'' पाटलाने मान डोलविली, ''काय हरकत न्हाई. डबा आनलाय का पिशवीत? घ्या खाऊन. चालंल.''

नारायण चिडून म्हणाला, ''डबा नाही आणला मी.''

''आं? आन् आता हो?''

''आता हो काय? काहीतरी व्यवस्था करा ना तुम्ही. का उपाशी बसवताय मला?''

''छ्या: छ्या:! तसं कसं?'' पाटील पाय दाबीत बोलला, ''उपाशी राहून कसं चालायचं? पण ह्यो मी असा पडून हातरुणावर. काय वेवस्था करणार सांगा तुमीच.''

''पण कुणाला तरी –''

''ते तुमी कशाला सांगाय पायजे? पण समदे भडवे आशे हालकट आहेत –''

मग पाटलाने एकदम सूर चढविला. बराच वेळ गावातल्या सगळ्या लोकांची नावे घेतली आणि एकूण एकाचा उद्धार केला. सगळ्यांना वेगवेगळ्या शिव्या दिल्या. आपले गाव कसे नालायक आहे याचा लांबलचक पाढा वाचला. इकडे भुकेने नारायणाची आतडी तुटायची वेळ आली. त्याने फिरून पाटलाला आठवण करून दिली तेव्हा पाटील म्हणाला,

''आता आसं करू....''

''कसं?''

''आधी काम आटपू. काय चोरीमारी झालीय ती नीट बगा. हाय काय बगण्यासारकं म्हणा. तंवर मी घरात सांगतो दोन भाकऱ्या टाकायला. आल्यावर जेवा फस्कलास. काय?''

नारायणने मुकाट्याने मान हलविली. नाहीतरी आता दुसरे करण्यासारखे काय होते?

''चला मग. आटपू काम आधी.''

''चला की....''

असे म्हणून पाटील उठला. स्वयंपाकघराकडे तोंड करून तो ओरडला,

''भाकऱ्या टाक गं दोन.''

त्याबरोबर आतून बायकी सुरात कुणीतरी उत्तर दिलं, ''पीठ न्हाई की घरात.''

''आण कुठनंतरी उसनंपासनं. बग मिळतंय का. चला हवालदार.'' लंगडत लंगडत पाटील चालू लागला. नारायणही जरा लंगडतो आहे हे बघून तो म्हणाला, ''का, तुमालाबी नारू झाला?''

नारायण रागारागाने म्हणाला,

"पाय मुरगळला माझा."

"हां हां, मग हरकत न्हाई."

दोघेही लंगडत लंगडत निघाले. दारापर्यंत आले. जेवण्याच्या व्यवस्थेचा एकंदर प्रकार पाहून नारायणाच्या पोटात गोळाच आला होता. त्याने विचारले,

"किती लांब आहे हे फुटलेलं घर?"

पाटील एक हात करून सहज सुरात बोलला,

"ह्ये हितं अर्ध्या कोसावर. पांढऱ्याची वस्ती हाये न्हवं का? तिथंच."

"आन् कसं जायचं?"

"कसं म्हणजे? चालत."

"बापरे! गाडीबिडी नाही का?"

"गाडी हाये हो. बैलच न्हाईत बायली."

"भले! हा पांगुळगाडा दोघांचा कसा पोचायचा तिथं?"

"सायकल हाये न्हवं तुमची? घ्या की डब्बल शीट मला. चिनान पळत जाऊ. महार यील मागनं."

"आन् वाट कशी काय आहे?"

"रस्ता समदा सारखा. या दिसात चिखल लई. गपकन ढोपरभर पाय जातोय. मधी एक वढा हाय. बाकी काय भ्या न्हाई. त्येलाच काय पानी आसलं तर असायचं."

एवढं सांगून पाटलाने त्या वाटेचे असे काही भयानक वर्णन केले की, आता मात्र नारायणाच्या डोळ्यांसमोर भरदिवसा काजवे चमकले. त्याचे पाऊल पुढे पडेचना. गर्रकन मागे वळून तो परत ओसरीवर बसला. थकलेल्या सुरात बोलला, "पाटील, आता नाही गेलो तर नाही का चालायचं?"

हे ऐकल्यावर पाटलाच्या तोंडावर एकदम हुशारी आली. त्याचे डोळे चमकले. गपकन खाली बैठक मारून तो खासगी सुरात म्हणाला,

"अहो आत्ताच कशाला? आजाबात न्हाई गेलं तरीसुदिक चालतंय."

"आं? आन् मग वर्दी रिपोर्ट?"

"त्ये काय बगाय यील. मी करीन येवस्था."

"म्हणजे?"

"अवो, हितंच बसून करायची चौकशी समदी. सुखाचा जीव का दुःखात घालाय लागलाय? लिहा तुमी. समदी चौकशी केली, काय पत्त्या लागत न्हाई. समदे आसंच करतेत की!"

"आन् सही तुमची?"

"करतो की मी!"

नारायणने मुकाट्याने पिशवीतले कागद काढले. भराभर मजकूर खरडला. लिहून टाकले, 'सर्व चौकशी केली. काय मुद्देमाल चोरीला गेला ते पाहिले. तपास केला. काही पत्ता लागत नाही.' मग पाटलाची सही घेण्याकरिता त्याने कागद पुढे केला.

पाटलाने न बघता सही ठोकली. कागद नारायणापुढे टाकून तो बोलला,

"आता निवांत पडा घटकाभर. जेऊनखाऊन उद्याच्याला का जा ना."

नारायणने निमूटपणे मान हलविली. पुन्हा कागद हातात घेतला आणि वाचला. शेवटी राहिलेला भाग लिहून टाकला,

'अर्जदाराचा कोणावर वहीम नाही. सबब प्रकरण फायनल.'

□

रंग देण्याचा प्रकार

घरातल्या भिंतीला रंग लावून घ्यावा असे अलीकडे बरेच दिवस ठरवीत होतो. ज्या दोन-तीन खोल्यांतून आपण राहतो ती जागा स्वच्छ असावी, नीटनेटकी असावी. भिंतीचा पहिला रंग देऊन चार-पाच वर्षे झाली होती. आता त्याचे अवशेष दिसत होते. अगदी वरच्या बाजूला तेवढा रंग नीट टिकून होता. खाली फारच महत्त्वाचे बदल झाले होते. माझ्याकडे येणाऱ्या लोकांनी भिंतीला टेकून बसून बसून साध्या रंगाचे तैलरंगात रूपांतर केले होते. ठिकठिकाणी तेलाचे एवढे डाग पसरले होते की, मी बहुतेक या ठिकाणी तेलाचे किरकोळ विक्री केंद्र चालवीत असलो पाहिजे, असे माझे मलाच वाटत होते. त्यातून धाकट्या मुलीला ड्रॉइंग फारच छान येते असे जरी मी बायकोच्या धाकाने वरचेवर म्हणत होतो, तरी तिची ही भित्तिकला मला तितकीशी पसंत नव्हती. मध्यंतरी ढेकणांची साथ येऊन गेली होती. त्यांचे उद्‌ध्वस्त विश्वही जागोजागी दिसत होते. हे सगळे बदलणे आवश्यक होते. म्हणून मी ठरविले की, जागा रंगवून घ्यायची. भिंतींना अगदी सुरेख रंग लावून टाकायचा.

माझ्या मनाची अशी तयारी झाली तरी या बाबीस बायकोची मंजुरी घेणे आवश्यक होते. म्हणून मी एके दिवशी तिला बोलावून घेतले आणि करड्या सुरात म्हटले,

"या भिंती बघितल्या ना घराच्या? सगळ्या घाणेरड्या झाल्या आहेत. हे तेलाचे डाग काय, ही चित्रे काय – नाही तशी दिसतात ती चांगली, पण –"

माझ्याकडे संशयाने पाहत बायको म्हणाली,

"बरं मग तुमचं म्हणणं काय?"

तिची दृष्टी चुकवून इकडेतिकडे बघत मी पुन्हा करडा सूर काढला.

"म्हणणं काय असणार? खरं म्हणजे नवा रंग दिला पाहिजे आता. पण मी हिशेब करून पाहिला मनाशी. दहा-बारा रुपये खर्च होतोय. छे: छे:! इतका खर्च परवडणार नाही आपल्याला. काही झालं तरी रंग द्यायचा नाही असं मी ठरवून

टाकलंय.''

बायकोने कमरेवर दोन्ही हात ठेवले.

''ठरवून टाकलं?''

''होय.''

''अन् मला न विचारता?''

''त्यात काय विचारायचंय तुला?''

''ते काही नाही, जाऊ द्या दहा रुपये गेले तर. रंग द्यायलाच पाहिजे सांगून ठेवते.''

मी तिला परोपरीने समजावून सांगितले की, हा वायफळ खर्च आहे; इतके पैसे खर्च करणे आपल्याला मुळीच परवडणार नाही. शिवाय भिंती थोड्याशा घाण झालेल्या असल्या तरी तितक्याशा काही वाईट दिसत नाहीत. अजून पुष्कळ वर्षे निभावून जाण्यासारख्या आहेत. पण अर्थातच या बोलण्याचा काही उपयोग झाला नाही. बायकोने बराच वेळ उंच स्वरात भाषण करून मला बजावले की, या विषयातले तुम्हाला काहीही कळत नाही. भिंती इतक्या घाणेरड्या झाल्या आहेत की, नुसती बघूनच ओकारी येते. येणारेजाणारे लोक नावे ठेवतात आणि दहा रुपयांची अशी काय किंमत आहे? दहापंधरा रुपये कुठे जात नाहीत आपले? फार तर एक महिनाभर नाही सिगारेटी फुंकल्या! पण घराला रंग लावून घेतलाच पाहिजे. आणि तोही लवकरात लवकर!

सुमारे अर्धापाऊण तास गेल्यावर मी बोलण्याचा प्रयत्न करीत म्हटले,

''बरं बुवा, देऊन टाकू या रंग. होऊन जाऊ दे तुझ्या मनासारखं. पण गडी बोलावून रंग द्यायचा का आपण स्वत:च द्यावा? मला वाटतं आपण स्वत:च द्यावा काय?''

या खेपेला मात्र माझा पवित्रा चुकला. बायकोने माझ्या सूचनेवर मोठ्या तातडीने शिक्कामोर्तब केले.

''हं, हं, तुम्हीच द्या रंग. नाहीतरी पैसे बरेच जातील यात. निदान थोडीतरी काटकसर करायला पाहिजे आपण. नाही का?''

आपली फसगत झाली हे माझ्या ध्यानात आलं. मी एकदम गांगरून म्हणालो,

''न-नको. मला वाटतं गडी लावूनच घ्यावा रंग लावून. त्यांना सवय असते. आपल्याला कुठे जमतं काय असली कामं करायला!''

''त्यात काय जमायचंय? रंग तर फासायचा भिंतींना. अशी काय मोठी विद्या आहे ती!''

''छट्! मी नाही हं हात लावणार त्या ब्रशाला अन् चुन्याला –''

''बघा बाई!... गडी मेले चांगले नाही लावत रंग. आधीच सांगून ठेवते.

निष्कारण एवढे पैसे पाण्यात जातील. अन् दहाच्या वर तांबडा पैसा द्यायचा नाही निदान एवढं करा.''

असे म्हणून बायको तरातरा स्वयंपाकघरात निघून गेली. चला, काळ आला होता, पण वेळ आली नव्हती, असे म्हणून मी समाधानाचा सुस्कारा सोडला.

प्राथमिक काम अशा रीतीने पूर्ण झाले. रंग लावण्याच्या कल्पनेस आणि खर्चास मंजुरी मिळाली. स्वत: काम करण्याची योजनाही हाणून पाडली म्हणून मी खूश झालो. रंग देणाऱ्या लोकांचा शोध करू लागलो. त्यात बरेच दिवस मोडले. एक तर हे लोक नेमके कोठे मिळतात ते मला ठाऊक नव्हते आणि दुसरे म्हणजे मला उसंत नव्हती. शेवटी मी मोठ्या चातुर्याने या अडचणींचा निरास केला. आमच्या किराणा मालाच्या दुकानात नवा रंग दिलेला पाहिला तेव्हा मी मोठ्या लगबगीने आत घुसलो आणि मालकांना विचारले,

''हा रंग कुठे लावून घेतलात?''

''इथं! या भिंतींनाच!'' मालक माझ्याकडे चमत्कारिक दृष्टीने पाहत म्हणाले.

''तसं नाही हो –''

''मग?''

''कुणी लावला हा रंग?''

''हां. हां. पेन्टर. रंग लावणारे लोक असतात ना? त्यांनी.''

''ते झालं हो. हे लोक कुठे भेटतील?''

''का? तुम्हाला लावायचा का रंग?''

''होय ना, तेवढ्यासाठीच विचारतोय मी.''

''हात्तिच्या!'' मालक गल्ल्यातले पैसे चाळवीत म्हणाले, ''मग पाठवून देऊ का तुमच्याकडे त्याला? उद्याच्याला पाठवून देतो.''

''अगदी नक्की. विसरू नका.''

असे बजावून मी घरी परत आलो. त्या माणसाची वाट पाहू लागलो.

दुसऱ्या दिवशी रंग लावणारा माणूस खरोखरीच घरी आला.

सदरा आणि पँट, लांबलचक केस, बोटबोट वाढलेली दाढी, गालाची वर आलेली हाडे, अंगावर सगळीकडे उडालेला हिरवा-तांबडा रंग, डोळ्यात गरिबी आणि नम्रता. दोन्ही हात जोडून त्याने मला नमस्कार केला. मी अगदी खूश झालो. कामगार म्हटल्यावर जे चित्र आपल्या डोळ्यांसमोर उभे राहते तसाच थेट हा माणूस होता. कुणाच्याही अंत:करणाला पीळ पडावा असा त्याचा चेहरा होता. मला अगदी गहिवरून आलं. बरं झालं आपण स्वत: काम करायचे नाही असं ठरविलं ते. नाहीतर एका गरीब कामगाराची पोटाची भाकर आपण निष्कारण बुडविली असती. आता हा गरीब आणि नम्र माणूस तेवढेच चार पैसे मिळवील. पोटाला खाईल.

पोराबाळांच्या तोंडात चार घास घालेल. आपल्याला मनापासून दुवा देईल. आपल्या नावाने ढेकर देईल.

मोठ्या अदबीने मी खुर्चीकडे बोट दाखविले आणि बसा म्हणून त्याला सांगितले. तेव्हा तो चटदिशी खुर्चीवर बसला. त्याची ती स्वाभिमानी वृत्ती पाहून मला मनातून अतिशय आनंद झाला. समाधान वाटले.

''काय साहेब, बोला.''

''घराला रंग लावून घ्यावा म्हणतो.'' मी म्हटले.

''घ्या की!''

''देणार का तुम्ही?''

''देणार का म्हणजे काय? अहो, तेवढ्यासाठी तर आलोय तुमच्याकडे. देऊन टाकू आपण.'' बोलता बोलता त्याने खिशातून विडीकाडी काढली. विडी पेटविली आणि तोंडातून धुराचा लोटच्या लोट भपकन सोडला. त्याच्या या नि:संकोचीपणाचे मला कौतुक वाटले.

''बरं, मग काय घेणार?'' मी मुद्याला हात घातला.

खोलीच्या सगळ्या भिंतींवरून त्याने भेदक दृष्टी फिरविली. चार-दोन ठिकाणी जाऊन तेलाचे पट्टे चाचपले. भिंतीवरच्या रंगीबेरंगी चित्रांचे निरीक्षण केले.

''भिंती फार घाण झाल्यात साहेब. अगदी कामातनं गेल्यात.''

आता हा भिंती पाडायला बिडायला तर सांगणार नाही ना, अशी मला शंका आली. मी मनात घाबरून गेलो.

''हे पाहा, ही जागा भाड्याची आहे. या भिंतीही मालकाच्याच आहेत. भिंतींना काही अपाय करायचा नाही आपल्याला. फक्त रंग तेवढा द्यायचा.''

''होय ना साहेब, पण आधी चांगलं काम करायला पाहिजे. मग रंग. सगळ्या भिंती खरडून घ्यायला पाहिजेत.''

''मग काय घेणार?''

''हे तेलाचे डाग. हे साफ खरवडायला पाहिजेत –''

''होय. पण घेणार काय? –''

''हे गिलावे उडालेत. ते नीट भरायला पाहिजेत.''

''पण घेणा –''

''सबंध कम्प्लीट काम करावं लागेल साहेब.''

आमच्या घरातल्या भिंतीसंबंधी त्याने मला बराच वेळ माहिती पुरविली. त्यावरून भिंतीची दुर्दशा आपण समजलो त्यापेक्षा अधिक झालेली आहे हे माझ्या ध्यानात आलं. मी ती गोष्ट तीन-तीनदा मान्य केली तरी तो ते पुराण सांगतच होता. शेवटी मी जांभई द्यायला लागलो तेव्हा त्याने आवरते घेतले.

"साहेब, अशा दोन खोल्या ना? मग कमीत कमी पंचवीस रुपये पडतील साहेब.''

"पंचवीस?'' मी थक्क होऊन म्हणालो, "भले शाबास? अरे आमच्या दुकानदारानं सांगितलं म्हणून मुद्दाम तुला –''

"तेच म्हणतोय साहेब मी. त्यांनी सांगितलं म्हणूनच मी आलो. नाहीतर एवढ्या कमी पैशात साहेब मी काम करीत नाही कुणाचं!''

हाही मुद्दा तो बराच वेळ मला पटवून देण्याच्या तयारीत दिसला तेव्हा मी पुन्हा एकदा मोठी जांभई दिली आणि निक्षून सांगितलं की, दहा रुपयात काम होण्यासारखे असेल तर कर, नाही तर खुशाल चालू लाग. आम्ही दुसरा कुणी गरीब माणूस पाहू. पंचवीस रुपये आम्हाला परवडण्याजोगे नाहीत. यावर त्याने पुन्हा भिंतीची अवस्था वर्णन करून सांगितली.

"साहेब, दोन माणसं काम करणार. शिवाय मी देखरेख करणार. कमी-जास्त जुळवून घेणार –''

"बरं मग –?''

"माझी मजुरी सात रुपये साहेब. शिवाय दोघा मजुरांची मिळून सात. चौदा इथंच झाले. शिवाय रंगाचे डबे पाच-सहा रुपये. पॉलिश पेपर, झालंच तर आपलं चुना-चुना कशाला म्हणा – व्हायटिंगच देऊन टाकू. झकास काम. पंचवीस नाही तरी बावीस रुपये पाहिजेत साहेब.''

"फार तर बारा देईन. पाहा.''

"असं करू नका साहेब. आता एकच सांगतो. वीस रुपये असले तर करतो काम.''

असे संभाषण आणखी काही वेळ चालले आणि मग अखेरीस तडजोड झाली. पंधरा रुपयांवर बरोबर सौदा ठरला. माझ्या व्यवहार कौशल्याबद्दल मला मनातून फारच धन्यता वाटली. त्याने जरा कुरकुर करीतच मान्यता दिली. त्याचे म्हणणे साहजिकच होते. त्याला दहा रुपयांचा तोटा सहन करावा लागणार होता. मला फार तर पाचच रुपये अधिक द्यावे लागणार होते. तरी पण ही भिंतीची दुर्दशा तो नष्ट करणार होता. त्यांना नावारूपाला आणणार होता. तेव्हा या गरीब कामगाराला थोडेफार अधिक मिळाले तर काय बिघडले? बिचारा मनातून आपल्याला धन्यवादच देईल. कित्येक दिवस आपली आठवण काढील. त्याची पोरेबाळे सुखाने जेवतील...

"ठीक आहे. पंधरा तर पंधरा. पण काम –''

"त्याची काळजीच सोडा साहेब. सगळ्या गावात जाहिरात झाली पाहिजे आपल्या कामाची. बरं मग, उद्या येऊ साहेब?''

"उद्या?'' मी विचार करून म्हटले, "उद्या नाही घरात गड्या कुणी. रविवारी

ये.''

''सामान हलवायचंच काम ना साहेब?... मग तुम्ही नसला तरी चालेल. आम्ही बरोबर करू. एक काडी इकडची तिकडे करू नका साहेब तुम्ही. मग झालं?''

''ऊंहूं... रविवारच बरा.''

''रविवारी साहेब, दुसरीकडची कामं घेतली आहेत मी.''

असे म्हणून त्याने गावातल्या अनेक बड्या माणसांची नावे सांगितली आणि त्यांचे सबंध बंगलेच्या बंगले रंगवायचे काम आपल्याकडे कसे आलेले आहे याचे वर्णन केले. त्याच्या बोलण्याची एकंदर पद्धत आणि थाट असा होता की, गव्हर्नरच्या बंगल्याचे रंगकामदेखील याच माणसाकडे येत असावे आणि हा स्वत:च्या सवडीप्रमाणे ते करीत असावा, असेच कुणालाही वाटले असते. निदान मला तरी तसे वाटले आणि मोठे नवल वाटले. एकूण हा मोठा कसबी कारागीर दिसत होता. बरे झाले, याला आपण खुर्ची दिली, मान दिला....

ते काही असले तरी मला उद्या मात्र हे काम करणे कठीण होते. रविवारशिवाय मला वेळ नव्हता. मी त्याला तसे सांगितले तेव्हा त्याने पहिल्याप्रथम हे काम जमण्यासारखे नाही असेच स्पष्टपणे जाहीर केले. एवढा मोठा कारागीर केवळ वेळेच्या गैरसोयीमुळे आपण दवडू नये, म्हणून मी त्याला या निर्णयाचा फेरविचार करण्याची विनंती केली. त्याने मोठ्या कष्टाने फेरविचार केला आणि शेवटी सांगितले की, पाच रुपये विसार मिळत असेल आणि रविवारऐवजी शनिवार चालत असेल, तर आपण हे काम करण्यास कसेबसे तयार आहोत. त्याच्या या समंजसपणाचे मला फिरून एकदा कौतुक वाटले आणि मान हलवीतच मी ती गोष्ट कबूल केली. पाच रुपये खिशातून काढून देऊन टाकले. मग बरोबर शनिवारी येण्याचे कबूल करून तो निघून गेला.

दोन-तीन दिवस गेले आणि मग शनिवार आला.

सकाळी आठला येऊन तो काम सुरू करणार होता. त्याआधीच सामानसुमान हलवून भिंती, कपाटे, खिडक्या मोकळ्या करणे आवश्यक होते. म्हणून आम्ही दोघेही नवरा-बायको त्या दिवशी भल्या पहाटे उठलो आणि सगळ्या सामानाचा ढीग खोलीच्या मध्यभागी रचून ठेवला. त्याची वाट पाहत बसून राहिलो.

पण आठ वाजले, दहा वाजत आले तरी गड्याचा पत्ता नाही. आम्ही दोघांनीही सामानाच्या ढिगाऱ्यावर बसून पुष्कळ वेळ वाट पाहिली.

शेवटी बायको माझ्याकडे टवकारून पाहत खोचकपणे म्हणाली, ''तरी म्हटलं तुमचं काम इतकं सरळ कसं? मला शंका आलीच होती.''

''तुला तरी बुवा भारी घाई शेरे मारण्याची. जरा तरी थांबावं माणसानं –'' मी चिडून बोललो, ''माणूस आहे. होतो उशीर एखाद्या वेळी. त्यातून तो बिचारा गरीब

कामगार. त्याच्याजवळ घड्याळ कुठून असणार?''

''आम्हीही माणसंच आहोत. आम्हाला उशीर होत नाही वाटतं? अन् घड्याळ नसलं म्हणजे काय दोन-दोन तास उशीर करावा?''

बायकोचे हे बोलणे मला तितकेसे पटले नाही. पण खुर्चीवर ठेवलेल्या गाद्यांच्या सगळ्यात उंच ढिगावर बसून मला चांगलीच रग लागली होती. अंग वेडंवाकडं होऊ लागलं होतं. एखाद्या वेळी तोल जाऊन आपण तीन-चार गाद्यांवरून एकदम खाली येऊ अशी शंका मूळ धरू लागली होती. तरीही मी तितक्या उंचीवरून गरीब कामगारांची स्थिती कशी वाईट असते, लोक त्यांना किती हिडीसफिडीस करतात आणि त्यांची बायकापोरं नेहमी कशी उपाशी असतात, याचे हृदयंगम वर्णन केले. हे वर्णन करताना हातवारे करणेही आवश्यक होते. पण माझ्या उच्चस्थानामुळे तसे करणे मला शक्य झाले नाही. त्यामुळे बायकोला माझा कुठलाही मुद्दा पटला नाही. अशा स्थितीत आणखी एक तास गेला. अकरा वाजून गेले आणि मग मात्र तिचाच मुद्दा आपल्याला पटू लागला आहे असे मला एकसारखे वाटत राहिले.

एवढ्यात दार वाजले आणि हा गुणी कामगार दार उघडून आत डोकावला. त्याच्या हातात ब्रश, भांडे इत्यादी साहित्यही दिसत होते. पाठीमागे एक तिरळ्या डोळ्याचा गडीही दिसत होता. खोलीभर दृष्टी फिरवून त्याने समाधानाने मान हलविली.

''वा साहेब! तुम्ही तर सामान आवरून ठेवलंसुद्धा! छान छान! म्हणजे आता एकदम कामाला लागायला हरकत नाही.''

यावर मी काही बोलणार होतो. पण तेवढ्यात बायको रागारागाने म्हणाली,

''ही काय वेळ झाली यायची? आठ वाजता येतो म्हणून सांगितलंत अन् –''

''होय बाईसाहेब,'' त्याने पुन्हा एकदा नम्रतेने मान हलविली. ''पण पुन्हा एकदा मनात विचार केला. म्हटलं, सरळ साहेबांचं जेवणखाण झाल्यावरच जावं. म्हणजे निष्कारण खोळंबा नको. झाली ना साहेब जेवणं?''

''अजून व्हायची आहेत.'' मी निमूटपणे बोललो.

''अरारा... साहेब! मग घोटाळा झाला सगळा. तुम्ही जेवून घेता का? म्हणजे तोपर्यंत –''

''तोपर्यंत काय?''

''तोपर्यंत मी रंगाचे डबे घेऊन येतो दुकानातनं.''

''भले शाबास!'' मी रागावून म्हणालो, ''म्हणजे अजून तू रंगाचे डबे आणतोच आहेस का? आता डबे केव्हा आणणार अन् रंग केव्हा देणार?''

''ह्यॅ:! त्याला काय उशीर? पाच मिनिटांत आणतो साहेब. दुकानात जायचं अन् आणायचे डबे. तोपर्यंत हा भिंती पुशील.''

त्याने चुटकी वाजविली. हातातले साहित्य खाली ठेवले. गड्याला भिंती पुसायला सांगितले आणि तो निघून गेला. हे सगळे त्याने इतक्या झटपट केले की, बायकोला रागवायलाही वेळ मिळाला नाही. थोड्या वेळाने तिने जाहीर केले की, रंग लावायचे काम पूर्ण होईपर्यंत जेवणे उरकणे शक्य नाही. सगळे काम आटोपल्यावर काय ते पाहू. तिला शनिवार असल्याने हे सगळे तिच्या दृष्टीने विशेष काही अवघड नव्हते. तिने सकाळीच खिचडी खाल्ली होती. माझ्या पोटात मात्र चहाच्या एका कपाशिवाय काही गेले नव्हते. म्हणून मी निषेध करण्याचा प्रयत्न केला. पण ते तितकेसे जमले नाही. शिवाय तेवढ्यात त्या गड्यानेही भिंतीवर खरखरा घासायला सुरुवात केली. त्यात माझा आवाज कोठल्या कोठे लोपून गेला. घाण होऊ लागली म्हणून बायकोही आत गेली.

त्या तिरळ्या गड्याने भिंतीचा एक कोपरा झटकला. मग तो मोठ्ठा आळस देऊन म्हणाला,

"साहेब, भिंतीवर तशी काही घाण नाही दिसत. झकास आहेत."

"बरं मग?"

"नाही, नाही घासल्या तरीसुद्धा चालंल साहेब. एकदम रंग देऊन टाकू."

"शहाणाच आहेस!" मी रागारागाने म्हणालो, "सगळ्या भिंतींवर धूळ आहे."

"असं?"

"तर काय! ही बघ. या भिंतीवरची काढूनच दाखवितो तुला म्हणजे तुझी खात्री होईल."

"दाखवा बघू."

मी गादीवर उंच उभा राहिलो. हातात झाडू घेतला आणि शेजारच्या भिंतीवरची सगळी धूळ झटकून काढली. त्याबरोबर त्याची खात्री पटली ही गोष्ट खरी; पण इतर भिंतींवर मात्र इतकी धूळ नाही असे त्याने मला शपथपूर्वक सांगितले. तेव्हा तोच झाडू घेऊन मी सगळ्या भिंती झटकल्या. त्याला सप्रयोग दाखवून दिले की, या सगळ्या भिंती धुळीने भरलेल्या आहेत आणि त्या झाडायला पाहिजेतच. मग मात्र त्याचे समाधान झाले. भिंतीवर बरीच घाण साठली होती ही गोष्ट त्याला कबूल करावी लागली. मी विजयी मुद्रेने हाशूऽहुश करीत खाली बसलो.

एवढे होईपर्यंत चांगला अर्धा-पाऊण तास गेला. तरी डबे आणायला गेलेल्या पेंटरचा पत्ता नव्हता. तेवढ्यात त्या गड्याने बादलीत चुना कालवून केरसुणीने छत झोडपून काढायला सुरुवातही केली. सबंध खोलीत चुन्याचा पाऊस पडू लागला. माझ्याही अंगावर एक-दोन सरी आल्या. तेव्हा मी ओरडून म्हणालो, "अरे... अरे जरा नीट बघ. खाली सांडतंय सगळं."

"आता मी काय करणार साहेब?" तो गडी तिरळा डोळा माझ्याकडे रोखून

म्हणाला, ''एकटा मी कुठं कुठं पुरणार?... बादली आमीच धरायची, आमीच केरसुणी बुचकाळायची, आमीच चुना मारायचा!''

''मग? म्हणणं काय तुझं?'' मी विचारलं.

''आणखी कुणीतरी मदतीला पाहिजे साहेब.''

''बरं, चल मी धरतो, तू लाव चुना.''

''छ्याः छ्याः! साहेब, तुमी बादली उचलायची म्हणजे काय? या पेंटरला साल्याला कळू ने का? लवकर यायचं सोडून कुठं बोंबलत हिंडतोय बघा ना साहेब.''

''खरं आहे.''

असे म्हणून मी त्याला बायको घरात असल्याची आठवण करून दिली आणि तोंडातून अपशब्द न काढण्याची सूचना केली, तेव्हा त्याने जीभ चावली. अशी गोष्ट पुन्हा होऊ नये यासाठी आपण सरळ कामालाच सुरुवात करावी असे मत त्याने व्यक्त केले. एकट्याने ते काम होण्यासारखे नव्हते, म्हणून त्याने सूचना केली की, त्याने बादली धरावी आणि मी केरसुणी घेऊन छताला चुना लावण्याचा किरकोळ कार्यक्रम पार पाडावा. म्हणजे पेंटर येईपर्यंत आपले प्राथमिक काम पूर्ण होईल. नाहीतर संध्याकाळ होईपर्यंत काम चालू राहील. लवकर संपणारच नाही आणि मग आम्हालाच फार त्रास होईल.

आत्ताच दुपारचे बारा वाजून गेले असल्यामुळे त्याच्या सूचनेत बरेच तथ्य होते. म्हणून एक क्षणभरही विचार न करता मी स्टूलावर चढलो आणि केरसुणी बादलीत बुचकाळली. झपाझप चुना लावायला सुरुवात केली. तो गडीही मोठा कामसू दिसला. मध्येच जेव्हा जेव्हा बादलीची गरज लागे तेव्हा तो मोठ्या तत्परतेने बादली वर धरी. उरलेल्या बऱ्याचशा रिकाम्या वेळात विडी ओढी. अशा रीतीने दीड-दोन वाजेपर्यंत आमचे काम चालले. वरच्या सगळ्या छताला पांढरा स्वच्छ चुना लावून झाला.

दोन वाजेपर्यंत माझ्या बाह्य वेषात बराच फरक पडला होता. माझे सगळे कपडे चुन्याने भरले होते. डोक्यात आणि तोंडावर पांढरे थेंब उडून उडून जाळीदार आकृत्या तयार झाल्या होत्या आणि डोळ्यात चुना गेल्याने ते एकसारखे चुरचुरत होते. माझ्यात झालेला बदल नीट न्याहाळण्यासाठी मी आरशात डोकावून बघणार होतो. पण आरसाही चुन्याने भरल्यामुळे ते तितकेसे जमले नाही.

घड्याळात दोनचे ठोके पडले आणि मग पेंटरची स्वारी दार उघडून आत आली. त्याच्या हातात रंगाचे पुडे होते. आल्याबरोबर त्याने माझ्याकडे एकदा टक लावून बघितले. मग तो हसून म्हणाला,

''आं! साहेब, तुम्ही स्वतः? –''

– आणि मग आपल्या गड्याकडे वळून तो खेकसला,

"काय रे ए गद्ध्या?– तुला काय अक्कल, लाजलज्जा, शरम? साहेबांना काम–"

"असू दे – असू दे!" मी तोंडावरचा चुना निपटून काढण्याचा निष्फळ प्रयत्न करीत खाली उतरलो. "तू वेळेवर आला नाहीस ते नाहीस. पुन्हा आता त्या गड्याच्या नावाने कशाला ओरडतो आहेस?"

"बघा म्हणजे झालं साहेब! गडी झाला म्हणून काय वाटेल ते बोलावं काय?" तिरळा डोळा हलला.

"पण साहेबांना काम?"

"तू मग कुठं धडपडलास? एक शब्द बोलू नकोस. आगाऊ आदमी."

"तू लेका सात आगाऊ."

खरं म्हणजे पेंटरची मी चांगलीच हजेरी घेणार होतो. पण मध्येच त्यांची अशी लठ्ठालठ्ठी सुरू झाली की, माझे बोलणे बाजूलाच राहिले. दादा-बाबा करून त्यांचीच समजूत काढावी लागली. तसं मी केलं नसतं तर बहुधा गोळा करून ठेवलेल्या सामानापैकी बरंचसं सामान पुन्हा जागेवर ठेवण्याचं कारणच पडलं नसतं. कारण दोघांनीही हाताला लागलेली धुण्याची काठी उचलण्याचा प्रयत्न एकाच वेळी केला होता आणि हिसकाहिसकीही सुरू केली होती. मी दोघांचीही समजूत घातली आणि त्यांना पटवून दिलं की, हे माझे घरचेच काम असल्यामुळे मी थोडासा हातभार लावला तर त्यात काही चुकले नाही. शारीरिक श्रमाची कामे स्वत: करणे हा आजच्या युगाचा धर्मच आहे. मात्र माझ्या बायकोला ही गोष्ट तितकीशी पसंत पडणार नाही. ती भारी अडाणी बाई आहे. त्यामुळे यापुढचे काम मात्र त्या दोघांनीही स्वत: करून टाकावे. बायको झोपली आहे तोपर्यंत पूर्ण करावे.

माझ्या या खुलाशाने दोघांचेही समाधान झाल्यासारखे दिसले. कारण त्या दोघाही कष्टाळू, श्रमजीवी कामगारांचे चेहरे पुन्हा शांत झाले. मान हलवून पेंटरसाहेब निर्वाणीच्या सुरात बोलले,

"ती बातच सोडा साहेब. आम्ही पैसे कशासाठी घ्यायचे? आता तुम्ही नुसतं बघत राहा साहेब... अं... एक बादली आणून देता का साहेब?... म्हणजे रंग कालवितो..."

"मला आधी हे सांग –" मी रागावून म्हटले, "पांढरं व्हायटिंग लावायचं कबूल करून तू हा आयत्या वेळी चुना कशासाठी आणलास?"

"वा साहेब!" त्याने माझ्या अज्ञानाची कीव केली. "व्हायटिंगपेक्षा चुना किती बेस्ट. झक मारतं व्हायटिंग त्यापुढे. परवा त्या यांच्याकडे चुना लावला तर एकदम खूश सगळे साहेब. आता रंग नकोच म्हणायला लागले."

यावर काहीही बोलणे अशक्य होते. निमूटपणे घरात जाऊन मी बादली आणली.

बादली म्हणजे नुसती बादली नव्हे, पाणी भरून आणलेली बादली – असा त्याने नंतर खुलासा केला तेव्हा मी पुन्हा मोरीत जाऊन बादली पाण्याने भरून आणून ठेवली. पेंटरसाहेबांनी पुडे फोडले आणि रंग कालविला. मग मला एकाएकी काय वाटले कोण जाणे. मी फोडलेल्या पुड्याचे कागद सहज उचलून घेऊन पाहिले. बघतो तो भलत्याच कंपनीचा हलका रंग आणलेला. मी सांगितलेल्या कंपनीचा रंग तो मुळीच नव्हता.

आता मात्र मी चांगलाच चिडलो.

''हा कुठला रंग आणलास!'' मी ओरडलो.

''तुम्ही सांगितलेलाच ना साहेब!''

त्याने इतक्या शांतपणे हे सांगितले की मी सर्दच झालो.

''मी या कंपनीचा सांगितला होता का? काय वाटेल त्या थापा ठोकायला लागलास काय?''

''त्याच कंपनीचा माल आहे साहेब. जरा दुसरी क्वालिटी आहे इतकंच!''

''दुसरी क्वालिटी आहे काय?''

''हो ना साहेब.''

''मला काय तू गाढव समजतोस?''

''नाही साहेब.'' त्याने मान हलविली.

''का रंगातलं मला कळत नाही वाटतं तुला?''

त्याने होय, नाही अशा दोन्ही अर्थानं मान हलविली.

''चल चालू लाग, मला जरूर नाही तुझ्या रंगाची.'' मी कडक सूर काढला. ''भरपूर पैसे देऊन पुन्हा वर हा प्रकार?''

''बघू साहेब, बघू ते कागद –''

असे म्हणून त्याने माझ्या हातातले कागद जवळजवळ हिसकावूनच घेतले आणि नीट न्याहाळून पाहिले. बघता बघता त्याच्या तोंडावरचा रंग पालटला. कपाळावर आठ्या पडल्या. डोळे वटारून तो एकाएकी बोलला,

''काय साले हलकट लोक आहेत!''

मी बावचळून त्याच्याकडे पाहतच राहिलो. हे मध्येच याने काय लफडे काढले याचा काही बोध झाला नाही. का याने आपल्यालाच शिवी दिली?

''कुणाला म्हणतोस?''

''हे दुकानदार लोक, साहेब.'' त्याने प्रांजलपणे खुलासा केला. ''तुम्ही सांगितलेलाच रंग मी मागितला हो. पैसे टिच्चून घेतले लेकाच्यांनी अन् खुशाल हलक्या रंगाचे पुडे दिले. मी आपलं विश्वासानं न बघता तसेच आणले. त्याचा हा परिणाम. विश्वास म्हणून कुठं टाकायची सोय राहिली नाही साहेब जगात. पार नियत बिघडली

माणसाची साहेब.''

या जगात माणसाची नियत कशी बिघडली आहे या मुद्यावर त्याने मला आणखीही काही मौलिक माहिती पुरविली असती. इतका या विश्वासघाताने त्याच्या अंगाचा तिळपापड झालेला दिसला. पण ही माहिती ऐकून घेण्याइतका धीर मला नव्हता. मी त्याला थांबविले तेव्हा तो म्हणाला,

''साहेब, तुम्ही काही काळजी करू नका. आत्ता जाऊन पुडे बदलून आणतो. दुसरे आणू का?'' हे शेवटचे शब्द त्याने दुसऱ्याला दम देताना जो सूर काढतात त्या सुरात काढले.

''काही नको, आता तू गेलास म्हणजे उद्या सकाळीच यायचास!''

''नाहीतर साहेब असं करू –''

''कसं बाबा?''

''आत्ता हा आणलाच आहे रंग तर राहू द्या. वापरून टाकू. असा फस्क्लास रंग देतो बघा. तुम्ही बघतच राहाल नुसते –''

''बघत तर राहिलोच आहे सकाळपासनं.''

''चेष्टा नाही साहेब. खरंच नंबर वन रंग देतो. सगळ्या गावात जाहिरात झाली पाहिजे या कामाची.''

मी घड्याळात पाहिले. चार झाले होते, बायको जागी होऊन स्वयंपाकघरात आदळआपट करीत होती. अजून रंगाचा काहीच पत्ता नव्हता आणि सामानाचा करून ठेवलेला ढिगारा तसाच होता. थोडक्यात इत्यर्थ असा होता, या क्षणाला त्याला नाही म्हणणे शक्य नव्हते. आता होय म्हणावे हेच शहाणपणाचे. नाहीतर मध्यरात्रीपर्यंतही काम चालू राहण्याचा संभव दिसत होता. तिथून पुन्हा आवराआवर...

''ठीक आहे.'' मी निमूटपणे मान हलविली. ''चला, सुरू करा काम. निदान लवकर संपवा म्हणजे झालं. आता निदान आमचा आणखी वेळ घेऊ नका.''

''त्याची तुम्ही काळजीच सोडा, साहेब.''

बादलीत रंग कालवून त्याने तयारी केली. ब्रश उचलून आत बुचकळला. तेवढ्यात ध्यानात आले की, बराच वेळ झाला या दुसऱ्या गड्याचा पत्ताच नाही. तो केव्हा बाहेर गेला होता कळले नाही. इकडे तिकडे शोध केला. बाहेर जाऊन पाहिले तरी त्याचा तोंडवळा कुठेही दिसला नाही.

पेंटरने विडी काढून पेटविली. धूर सोडला. मग विडी उजव्या हाताच्या दोन बोटांत धरली.

''आयला, कुठे गेले हे टरकं कुणाला ठाऊक! अगदी ऐन वेळी गडप. हे मोलमजुरीनं आणलेले लोकच हरामजादे. टी टाईम म्हणजे टी टाईम साहेब. गेला आसंल हॉटेलात कुठल्या तरी चहा प्यायला.''

''बरं, मग आता काय करावं म्हणतोस?''

''कसं काय करावं साहेब? थांबावं त्याच्यासाठी? का करू या आपणच सुरुवात?''

''मला वाटतं, आपण करू या सुरुवात.'' मी हताश होऊन त्या श्रमिक पक्षाच्या प्रतिनिधीला म्हटलं.

''मग साहेब, तुम्ही थोडे मदतीला या माझ्या. जास्त नाही. अगदी थोडं. नुसती ही बादली धरा म्हणजे झालं. भराभर दोन हात देऊन टाकतो.''

स्टूलावर चढून त्याने रंग द्यायला सुरुवात केली. स्टूलाखाली उभा राहून मी बादली धरली. निम्मीअधिक भिंत रंगवून झाल्यावर त्याच्या लक्षात आलं, की आपण बुटके आहोत आणि त्यामुळे अगदी वरपर्यंत आपला हात पोचत नाही. तेव्हा त्याने नम्रपणे मला सुचविले की, कामाची आता अदलाबदल करावी. म्हणजे त्याने बादली धरावी आणि मी रंग द्यावा. अर्थात तो गडी येईपर्यंतच! पुढे ते दोघे रीतसर काम करतीलच. बादली धरून धरून माझ्याही हाताला रग लागू लागली होती. त्यामुळे ही त्याची सूचना मी मोठ्या आनंदाने मान्य केली. स्टूलावर चढून काम सुरू केले. भराभरा सबंध खोली रंगवून झाली. एक हात झाला. गडी परत येईपर्यंत स्वयंपाकघराचेही काम पूर्ण केले. इतका वेळ त्याने बादली तरी धरली होती. पण दुसऱ्याच्या स्वयंपाकघरात येणे ही गोष्ट त्याला फार संकोचाची वाटल्यामुळे तो बाहेरच विडी ओढीत थांबला व मी आणि बायकोने रंग दिला. दोन्ही ठिकाणचा पहिला हात पूर्ण झाला.

हुश्श करून मी बाहेर आलो. बघतो तर पेंटरसाहेबांचा पत्ता नाही. त्यांच्याऐवजी गडी दारात उभा. मला पाहिल्यावर त्याने रामराम घातला.

त्याला काही चिडून बोलावे इतकेही माझ्या अंगात काही त्राण उरले नव्हते. म्हणून मी अगदी हळूच विचारले,

''कुठे होतास इतका वेळ बाबा?''

''चहा प्यायला साहेब.''

''पण काही सांगूनबिंगून जायचं वगैरे?''

''त्याची आमची बोलीच तशी होती साहेब. मधी तासभर चहाची सुट्टी. ठरावच आहे आमचा नेहमीचा.''

''उत्तम! बरं, आता पेंटरसाहेब कुठं गेले?''

''कुणाला माहीत? गेला आसंल चहा प्यायला.''

''झकास! चला, आता आपण कामाला लागू.''

एवढे बोलून मी पुन्हा स्टूलाकडे वळलो आणि वर चढून दुसरा हात देऊ लागलो. त्यानेही मोठ्या तत्परतेने मला रंग कसा द्यावा याविषयी तोंडी सूचना

द्यायला सुरुवात केली. मधूनमधून बादली हलवायलाही हातभार लावला. बाहेरच्या खोलीतले काम संपल्यावर आतही तोच प्रकार पुन्हा एकदा झाला. अगदी थोडे काम राहिले आणि पेंटरसाहेब पुन्हा अवतीर्ण झाले. मी काम करतो आहे हे पाहून तो पुन्हा एकदा गड्याच्या अंगावर जोरात खेकसला,

"गद्ध्या, साहेबांना काम सांगतोस? काही भेजाबिजा आहे की नाही तुला? चल, घे ब्रश."

आणि मग उरलेले पाच मिनिटांचे काम त्यांनी अवघ्या अर्ध्या तासात पुरे केले.

या वेळेपर्यंत रात्रीचे नऊ वाजायला आले होते. घरोघर जेवणे आटोपून निजानीजही होऊ लागली होती. सगळीकडे सामसूम झाली होती. बायको जेवणासाठी ताटकळत होती आणि बसल्या जागी पेंगत होती. फुग्यातली हवा काढून घेतल्यावर फुग्याला जे काही वाटेल, तसे मला वाटत होते. डोळे जड होऊन मिटत होते. पोटात भुकेने डोंब उठविला होता. असेच बसल्या जागी पडावे आणि मरगळून झोपावे असे वाटत होते.

काम संपल्यावर दोघेही माझ्याकडे बघत उभे राहिले. पेंटरसाहेबांनी आणखी एक विडी पेटवून हसतमुखाने विचारले,

"काय साहेब? कसं काय काम केलंय? नंबर वन झालं की नाही? बोला, तशी हयगय नको."

"उत्तम!" मी म्हणालो आणि मग खिशातले पाकीट काढून दहा रुपयांची नोट त्याच्या हातावर ठेवली.

"हं, हे घ्या. विसाराचे पाच अन् हे दहा. झाले ना पंधरा?"

पेंटरसाहेबांनी नोट घेऊन खिशात ठेवली. पण त्यांच्या चेहऱ्यावर निराशा पसरलेली दिसली. थोडा वेळ चुळबुळ करून मग या दोघाही गुणी कामगारांनी एकदमच हात पुढे पसरले आणि नम्रपणे एका स्वरात विचारले,

"साहेब कामाबद्दल बक्षिशीबिक्षिसी काही?"

□

नवा रस्ता

पहाट झाली आणि कोंबड्यानं बांग दिली तेव्हा एकनाथ अंथरुणातून उठून बसला. डोळे चोळीत चिपाड काढीत तसाच थोडा वेळ थांबला. तोंड मोठ्यांदा वासून त्यानं पाच-सात जांभया दिल्या. मग भराभरा उठून खालतीवरती घेतलेली कांबरुणं गोळा केली आणि तो घाईघाईने बाहेर गेला. आज मळ्यात लवकर जायचं होतं. पहाटपासून मोट चालणार होती. नेहमीचा दारक्या पाव्हण्याकडे गावाला गेला होता आणि आज त्यालाच दारं धरायची होती. आणखी पुष्कळ बारीकसारीक कामं पडली होती आणि आज स्वत: गेल्याशिवाय सुटका नव्हती.

तोंड धुवून होईपर्यंत त्याच्या बायकोनं गरम भाकरी तव्यावरनं उतरून ठेवली होती. ती दुधात कुस्करून त्यानं आडवा हात मारला. पितळीत हात धुतले. त्यातलं पाणी तोंडाला लावून पिऊन टाकलं. मग धोतराला हात पुशीत पुशीत अंगरखा घातला आणि मुंडाशासाठी घरभर नजर टाकली.

मग दणदण भाकरी थापणाऱ्या बायकोला ओरडून एका म्हणाला,

"अगं, पटका बघितलास का माझा? व्हय?"

बायको बिचारी भाकऱ्यांच्या नादात होती. ती म्हणाली,

"पक्या कालच आढळून गेला. पुन्यांदा येतो म्हनला चार रोजांनी."

हे ऐकल्यावर एकानं मनातल्या मनात बायकोला एक शिवी हासडली आणि 'च्या बायली या पटक्याच्या'– असं म्हणत म्हणत सगळं घर धुंडाळलं. पण पटका कुठंच दिसला नाही. एकाचा हा पटका सवयीने फारच गुलाम झाला होता. सकाळच्या वेळी तो नेहमी बेपत्ता होत असे. एकाला त्याच्यासाठी घडीभर वेळ गमवावा लागे. कधी तो चुलवणापाशी पडलेला असे. कधी तो भुईत पुरलेल्या कोरड्या रांजणात गुपचूप लपलेला असे. कधीकधी तो शेरडाच्या पायात घोटाळत असे. काही वेळेला तर हा पटका इतका व्यवस्थितपणे खुंटीला अडकविलेला असे की, त्यामुळेच तो एकाला बिलकूल सापडत नसे. आज पटक्याने थोडीशी जागा

बदलली होती. आंथरूण पांघरूण गुंडाळता गुंडाळता पटकाही आत जाऊन पोचला होता. त्यामुळे तो सापडायला जरा वेळ लागला.

पटक्याचा शोध लागल्यावर एकाला नेहमीच बरं वाटत असे. आपलं डोकंच इतका वेळ हरवलेलं होतं आणि ते आत्ता सापडलेलं आहे, अशा काळजीनं तो पटका अदबीनं उचलून घेई आणि वर डोक्याला गुंडाळी.

डोक्याला पटका गुंडाळून पायात वहाणा घातल्या, बायकोला जातो म्हणून सांगितले आणि शेताच्या रोखाने त्याने झपाट्याने वाट काढली.

आता चांगलं उजाडलं होतं. उगवतीची पिवळीधमक उन्हं झाडांच्या शेंड्यांवर झळाळत होती. झाडांचे झुपके झुलत होते आणि फांद्यांवर बसून नाना पाखरं कुलकुलत होती. पायवाटेच्या कडेने दोन्ही बाजूंना दाट हिरवं गवत माजलं होतं. एखाद्या भल्या मोठ्या सर्पासारखी पायवाट वेडीवाकडी पुढे सरकत होती. आळसट वारा गवतावरून लोळत होता. अंगाला किंचित गारवा आणत होता. ओलसर माती वहाणांना चिकटत होती आणि रानगवताचा उग्र वास नाकात शिरत होता.

चटाचट चालत एका आपल्या रानाच्या शिवेत आला त्या वेळी लख्ख उजाडलं होतं. चालत्या मोटांची कुरकुर वाजत होती आणि हेल काढून म्हटलेली गाणी अंधूक कानांवर पडत होती. जिकडे तिकडे कामं तडाख्यानं सुरू झालेली दिसत होती.

बांधाला उभं राहून एकानं आपल्या डोळ्यांवर आडवा हात लावला आणि सबंध रानावर नजर टाकली.

ज्वारीच्या पेरणीच्या रानांनी आता हिरवळून डोकी वर काढली होती. मागास रानं अजून फुलली नव्हती. पण मधूनमधून हिरवेगार अंकुर वर उठत होते. धावेवर एकाचा गडी बैल घेऊन उभा होता. मोटेला जोडण्याच्या खटपटीत होता.

एकानं बांधाच्या दुसऱ्या बाजूला नजर टाकली आणि तो एकाएकी थांबला. चकित होऊन बघत उभा राहिला.

बांधाच्या दुसऱ्या बाजूला चार-पाच माणसं गोळा झाली होती. पांढरेधोट कपडे ल्यालेली ही माणसं काहीतरी उद्योग करीत होती. त्यांच्यामध्ये उभ्या असलेल्या माणसाने तर पाटलोण आणि साहेबी टोपी चढविली होती. मध्येच तीन फनगाड्या असलेले एक यंत्र उभे होते आणि त्यातून तो साहेब पुन:पुन्हा एका पांढऱ्याच्या शेताकडे बघत होता. बाकीच्या दोघांनी दोऱ्या धरून कसलेतरी मोजकाम चालविले होते. एकजण गुंडाळायची कापडी पट्टी घेऊन काहीतरी माप घेत होता, तर दुसरा हातात वही घेऊन उभा होता. मधूनमधून कागदावर काहीतरी उतरवीत होता.

हा काय प्रकार चालू आहे हे एकाला पहिल्यांदा कळेना. आपल्या या रानात आज हा साहेब कशासाठी आला असावा? आणि इतक्या सकाळच्या प्रहरी

आपल्याला वर्दी न देता कसा आला? मध्ये हे फोटो काढायचे यंत्र कशासाठी ठेवले आहे? का त्याला आपल्या या रानाचा फोटो काढायचा असावा? असेल, तसेही असेल. हे साहेब लोक मोठे छांदिष्ट असतात. मागं मोटार मोडून एक साहेब गावात घटकाभर थांबला होता. त्या वेळी तो असाच गळ्यात फोटोची पडशी बांधून हिंडत होता आणि दिसेल त्या बाप्यांचे आणि बायांचे फोटो घेत होता. हा साहेबही तसाच होता काय? पण मग ही माणसं मापं कशासाठी घेताहेत? कदाचित त्यांना मोठा, सबंध रानाचा फोटो घ्यावयाचा असेल. म्हणून मापं चालली असतील.

एकाच्या मनात नाना विचार आले. आपल्या रानाचा फोटो घेतला जात आहे, या कल्पनेने तो खूश झाला. अशा फोटोत रानाबरोबर रानाचा मालकही पाहिजे हा विचार त्यांच्या मनावर ठसवावा, असे त्याला वाटू लागले.

मग तो झपाट्याने तिकडे सुटला. वाटेतच गडी भेटला, म्हणाला – "कोण हायेत कुणाला ठावं. सकाळधरनं आल्याती. ह्योच दंगा चाललाय तवाधरनं."

"आसू दे. तुला काय लेका कळतंय अडाण्याला त्यातलं? जा पहिल्या तुकड्याला पाणी सोड. तंवर आलुंच मी."

एका गडबडीनं असं म्हणाला आणि ही मंडळी जिथं होती तिथं येऊन पोचला. तोंड उघडून आळीपाळीने एकेकाकडे बघत उभा राहिला.

साहेब यंत्रातनं बघत होता. काहीतरी पुटपुटत कागदावर लिहिणाऱ्याला सांगत होता आणि बाकीची माणसं मापं घेत होती.

एका खोळंबून बराच वेळ उभा राहिला. शेवटी त्याचे पाय दुखायला लागले. अंग अवघडून गेलं. तेव्हा बाजूला पिचकन् थुंकून तो खाली बसला आणि बघत राहिला. थोड्या वेळानं म्हणाला,

"फोटु उतरताय जनू?"

कागदावर उतरणाऱ्या मानसानं एक खेप त्याच्याकडे बघितलं आणि मान हलवून विचारलं,

"का बरं?"

"न्हायी, आपलं इचारलं. रंगभरनी कशी काय झालीय?"

"रंगभरनी कशाची?"

"ह्योच आपलं, फोटुची."

"फोटो? कशाचा फोटो?"

"हे – आमच्या रानाचा."

तो माणूस आणि साहेब दोघेही त्याच्याकडे चमत्कारिक नजरेने बघू लागले. शेवटी साहेब म्हणाला,

"फोटोबिटो काही नाही बाबा. दुसरं काम चाललंय आमचं."

चालला आहे तो प्रकार फोटोपैकी नाही हे ऐकल्यावर एकाचा चेहरा जास्तच कसनुसा झाला. हिरमुसला होऊन त्याने त्या यंत्राकडे अविश्वासाच्या दृष्टीने पाहिले. पुन्हा थोडीशी कळ काढली. मग विचारलं,

"मग आज सकाळच्या पारी काय काढलं?"

मोजणारा माणूस थांबून पट्टी गुंडाळीत म्हणाला,

"तू कोण?"

"मी एका पांढरे नव्हं का. रान आपलंच हाय हे."

"असं का?"

"व्हय."

"छान, छान!"

एवढं संभाषण झालं आणि मग तो माणूस थांबला. दुसरीकडे जाऊन कामाला लागला. पुन्हा हातातली पट्टी त्यानं लांब ओढली आणि ती खाली भुईला लावली.

एका मनात म्हणाला, साहेब कुणीतरी मोठा अंमलदार असला पाहिजे. नाहीतर आपल्याशी बोलायलाही यांना सवड नाही, असं होणार नाही. पण त्याचं काय काम निघालं आपल्या शिवारात? आणि ते आपल्याला कसं कळलं नाही? आता यांनाच विचारलं पाहिजे. नाहीतर उन्हं टळतील आणि तरीदेखील हे लोक आपणहून काही सांगायचे नाहीत. आपण आता किती वेळ खोळंबून राहावं?....

मग एकानं नेट धरला. तो साहेबालाच म्हणाला, "काय काम काढलंय आमच्या रानात?"

साहेब काहीच बोलला नाही. तो नुसता चेहरा त्रासिक करून उभा राहिला. साहेबाच्या जवळचा माणूस म्हणाला, "रस्ता निघतोय इथनं. ते काम चाललंय."

एका घाबरून म्हणाला,

"रस्ता? कसला रस्ता?"

"आता रस्ता कळंना का तुला?"

"कळतुया... पण आमच्या रानातनं निघतोय काय ह्यो रस्ता?"

"हां."

"आँ? अन् ते कशापायी?"

"सरकारची इच्छा! दुसरं काय?"

आणखी थोडीफार प्रश्नोत्तरं झाली आणि एकाला समजले की, सरकारने या बाजूला नवा रस्ता करायला घेतलेला आहे आणि तो आपल्या रानातूनच पुढे जाणार आहे. मोठ्या रस्त्याला मिळणार आहे. त्या रस्त्याचे मोजमाप घ्यायलाच ही सगळी मंडळी इथे जमलेली आहेत. बोलूनचालून हे सरकारी काम आहे. दगडावरची रेघ. त्यात बदल होणं अगदी अशक्य आहे. सरकार अशा गोष्टी कधीच बदलत नाही.

मग मात्र एका हादरला. काळ्या रंगाचा, लांबोड्या नाकाचा आणि हाडकुळ्या अंगाचा भोळाभाबडा एका पार विरघळला. त्याचे डोके फिरून गेले. आधीच आपले हे पाच-सात एकराचे तुकडे. वर्षभर उन्हावाऱ्यात खपावे तेव्हा पोटापुरते त्यातून मिळायचे. त्यातून उरायचे ते किती? जे काही साठवणीला होते ते सगळे खर्ची घालून आपण नुकतीच विहीर धरून पुरी केली. जिराइताचा मळा केला. पण तोही अर्धवट झाला. विहीर अंगी लागली नाही. तिला पाणी थोडेच सुटले. दिवसभर मोट काही चालत नाही. चाललीच तर दुसऱ्या दिवशी बंद ठेवावी लागते. पाच-सात एकराचा तुकडासुद्धा सबंध पाणी पीत नाही. कसाबसा वर्षाचा घास ही भरवतीय आपल्याला. आता तिलाच भगदाड पडले मोठे. रस्ता झाला म्हणजे मग आपल्याला काय राहिले?

एका घाबरला. भयंकर धास्तावला. साहेबाकडे पळत सुटला. भुईपासनं त्यांना रामराम घालून म्हणाला,

"साहेब, असं नगा करू –"

साहेबानं आपला चेहरा एखाद्या म्हशीसारखा मख्ख केला. म्हटलं,

"काय करू नका?"

"माझ्या जिमनीतनं रस्ता नगा नेऊ."

"नको?"

"नगं, नगं."

"मग कुठनं नेऊ दे?"

साहेबानं 'कुठनं रस्ता नेऊ दे' असा प्रश्न विचारल्यावर एकाला हुरूप आला. हा असा व्यवस्थित प्रश्न विचारल्यावर कोण उत्तर देणार नाही! रस्ता काय, कुठनंही काढता येण्यासारखा होता. जिकडेतिकडे जमीनच जमीन होती. पण त्यातल्या त्यात साहेबाला हुशारीने काय सुचवावं बरं?

शेजारच्या बांधाला खंडू पोऱ्याचं रान होतं. एकाची आणि त्याची बांध रेटण्यावरून बरीच झकाझकी झाली होती. त्याच्या रानाकडे हात दाखवून एका म्हणाला,

"ह्या रानातनं न्यावा साहेब. झकास हुईल."

"का रे, त्या रानातनं काय विशेष आहे?"

"अवो, लई आगाऊ हाय. जवातवा आडीच कांड्यावर येतुया. हाना त्याच्या रानातनंच रस्ता साहेब. सरकारबरोबर हुंद्या त्याची तक्रार. म्हंजे गपगार होतंय."

साहेबांनी घटकाभर ही गंमत ऐकली. मग सांगितलं,

"अरे, हे सरकारी काम. तुझ्या रानातनंच रस्ता निघालाय चांगला, त्याला आम्ही तरी काय करणार? एकदा ठरलं म्हणजे ठरलं."

"नगा, नगा ठरवू."

“त्याला आमचा काही इलाज नाही बाबा.”

“असंल हो विलाज. काढा, न्हाई म्हनू नगा.”

एकाच्या एकंदर बोलण्यावरून असं वाटत होतं की, इलाजबिलाज म्हणजे विडीकाडीसारखी एखादी गोष्ट असते आणि ती खिशातून फक्त बाहेर काढायची असते. बस्स, इतके ते सोपे काम असावे.

निदान साहेबाला तरी असं वाटलं असावं. त्याने नाना परीने समजावून सांगितलं आणि एकानं ‘नगा, नगा साहेब’ अशी सारखी रिघाटी लावली. शेवटी साहेबच बोलून बोलून दमगीर झाला. गप्प राहिला. पण एकाचं गुऱ्हाळ काही संपेना. त्याचं कामधाम सगळं बाजूला राहिलं. तो आपला तिथंच बसून राहिला आणि ‘साहेब, इलाजबिलाज काढा एकांदा’ असं सारखं म्हणू लागला. बाकीची माणसं इतका वेळ त्याच्याकडे टकमका बघत राहिली होती. फारशी बोलत नव्हती. पण इतका प्रकार झाल्यावर कागदावर टिपण घेणारा माणूस म्हणाला,

“लेका, येडाबिडा का काय तू? नकाशावर रेघ मारलीय. ती काय बदलतीय आता?”

एका कळवळून म्हणाला,

“अवो, रेघ मारणार तुमीच आन् खोडनार तुमीच. बदला की रेघ.”

“रेघ कशी बदलायची?”

“थु: तिच्या! अवं जरा ह्या इकडनं मारायची. किती? बोटभर वो, लई न्हाई. म्हंजे लांब पडतुया बघा रस्ता.”

“अरे, ते अवघड काम आहे बाबा.”

“मंग सवघड करा.”

“कसं करायचं? सरकारी काम बोलून चालून. नरड्याला तांत लागेल.”

“नगा, नगा तसं करू.”

बोलून बोलून एका दमला. पण त्याचं काम जमेना. कुणी त्याचं ऐकेना. कोण ऐकणार आणि कसं ऐकणार? बोलून चालून सरकारी काम. त्यात चबढब कोण करणार? त्यांचंही एका दृष्टीनं रास्तच. एकदा ठरलेली गोष्ट कशी बदलणार?

एका पांढरे उदास चेहरा करून बसला. तोंड दीनवाणे करून मान खाली घालून बसला. उन्हं आता चांगली तापली होती. उघड्या अंगावर चटके बसत होते. साहेब बाजूला लांब सावलीला गेला होता आणि बाकीची माणसं इकडंतिकडं करीत होती. तेवढा टिपणवाला मुकादम एकाजवळ उभा होता. तो थोडा वेळ थांबला आणि मग हळूच म्हणाला,

“का रे, रस्ता काढल्यानं तुझं काय नुकसान होणार आहे?”

एका मान वर करून म्हणाला,

"नुकसान? अवं, लई नुकसान हुतंय."

"काय होतंय?"

"ह्यो माझा एवढाच टुकडा. रस्ता गेला का ह्यामदनं, मग काय ऱ्हात नाही. मी बुडालू."

"पण तुला सरकार पैसे दील ना त्याबद्दल?"

"ते किती मिळणार? आन ते काय जन्माला पुरनार हायेत माझ्या? ही जिमिन एकदा फाटली की, माजं वाटुळं झालं बगा."

मुकादम विचार करीत थांबला. घडीभरानं म्हणाला,

"गड्या, तुझी तक्रार खरी आहे. पण त्याला आम्ही तरी काय करणार? फुकट कोण उराला वाळू लावून घेईल? हां, आत्ता साहेब तसा चांगला माणूस आहे. त्याला काही दिलं घेतलंस तर जमेल एखाद्या वेळेस."

एकाने थोडा वेळ विचार केला आणि त्याला मुकादमाचं बोलणं पटलं. खरी गोष्ट. दिलं-घेतलं तरच माणूस मनासारखं करील. नरड्याला तांत लावून घेईल. फुकटाफाकट करायला त्याचा जीव काही वर आला नाही. साहेबाला काहीतरी पानसुपारी व्हायला पाहिजे. नुसतं कोरडं काम कुणीही झालं तरी काय म्हणून करील?

एकाचा चेहरा खुलला. तो हळूच म्हणाला,

"बराय. काहीतरी देतो. पण मी गरीब मानूस –"

"अरे, सगळेच गरीब असतात. श्रीमंत आहे कोण? साहेब देखील गरीबच आहेत. गरिबाकडनं जास्त खात नाही तो."

साहेबाला दुसऱ्याच्या गरिबीची जाणीव आहे आणि तो गरिबाकडनं फारसं खायला मागत नाही हे ऐकल्यावर एकाचं साहेबाविषयी चांगलं मत झालं. एकूण साहेब मोठा भला माणूस दिसतो. गरिबाकडनं थोडं घेऊन तो त्यांचं काम करतो, स्वत:च्या जिवाला घोर लावून घेतो, हे काय हलके-सलके काम आहे?... छे, छे! आपलं नशीबच चांगलं म्हणून असल्या साहेबाची गाठ पडली. नाही तर दुसरा एखादा साहेब असता तर या वेळपर्यंत रस्ता करायला त्याने सुरुवात केलीही असती. नाही म्हणून कुणी सांगावे?

साहेब सावलीत हुशहुश करीत बसला होता. सारखा कपाळाचा घाम फडक्याने पुसून काढत होता. तिकडे नजर टाकून एका म्हणाला,

"जाऊ का साहेबाकडं? इचारू त्येस्नी?"

मुकादम हसला.

"हात लेका, गाढव आहेस. ही वेळ नसती विचारायची. सगळी माणसं भुकेजलेली आहेत. या वेळी तू काय करायला पाहिजेस आधी?"

"पटलं तुमचं. जेवण आणायला पाहिजे आधी. आधी निघालु घराकडे. समदा बेत करतु आन् घेऊन येतु."

"शाबास! आता कसं बोललास? जा, घेऊन ये आणि हे बघ, कुणाला काही बोलू नकोस."

"न्हाय, न्हाय."

असं म्हणून एका उठला. माघारी फिरला आणि घाईघाईने घरी गेला. बायकोला जास्त काही त्यानं सांगितलं नाही. 'अंमलदार आलेले आहेत, चार-पाच जणांचा बेत कर' एवढंच सांगून त्यानं बायकोला कामाला लावलं. भाकऱ्या, कालवण, चटणी, गाजरं, मका, शेंगा सगळं गाठोड्यात बांधून तो तासा-दीड तासांत गडबडीने रानात आला. डोक्यावरचं गाठोडं मुकादमाच्या हवाली करून म्हणाला,

"हं, घ्या. हूं द्या निवांत."

जेवणवेळ टळून गेली होती. सूर्य माथ्यावरून पलीकडे ढळला होता. उन्हं रणरणत होती. पायाला चटके बसत होते. पोटात आग पडली होती. सावली धरून बसलेली माणसं ताटकळत राहिली होती. जेवणासाठी तटली होती. भुकेनं हाडाडलेल्या त्या माणसांनी जेवणावर उभा-आडवा हात मारला. एकानं विहिरीच्या काठाला बसून दोन भाकऱ्या मोडल्या. चूळ भरून, पाणी पिऊन त्याने बाकीच्यांना एक घागर काढून दिली. तपेली तपेली पाणी पिऊन माणसं गप्प झाली. सावलीलाच आडवी झाली. पान-तंबाखू खात, गप्पा मारीत थोडीशी पेंगली.

साहेबासाठी एक्याने दोन-तीन चपात्या आणि कमी तिखटाचे कालवण आणले होते. ते साहेबाने चवीने खाल्ले. मग पाणी पिऊन त्याने हात धुतला आणि सिगारेट पेटविली.

मुकादम बाजूला लवंडला होता. त्याने डोळ्याने एकाला खूण केली. सांगितले,

"जा आता साहेबाकडं. विचार. पण नीट बोल."

एका तोंड उघडं ठेवून मान हलवून म्हणाला,

"हां, हां. इचारतो ना."

"नंदीबैलासारखी मान हलवू नकोस."

एका मान हलवून पुन्हा म्हणाला,

"न्हाय, न्हाय."

"साहेब लाच घेत नाहीत. ध्यानात ठेव. तसला शब्द तोंडातनं काढू नकोस."

"न्हाय, न्हाय."

एवढे बोलणे झाले आणि मग एका दुसऱ्या झाडाच्या सावलीला बसलेल्या साहेबाकडे हळूहळू सरकला. अन्न पोटात गेले, साहेबांचा अंतरात्मा तृप्त झाला. आता तो नाही म्हणणार नाही, या हिशेबाने एका धिटाई करून साहेबाशी गेला.

उगीच बसला. मग म्हणाला,

"साहेब, बेत बरा हुता का?"

साहेबांनी उत्तर दिले,

"हां, बरा होता."

यावर घडीभर कुणीच काही बोललं नाही. एका गप्प राहिला. मनातल्या मनात वाक्ये जुळवू लागला. साहेब सिगारेट संपवू लागला. त्या शांत, रखरखीत वेळेला झाडावरून येणाऱ्या एखाद्या पाखराचा आवाज उगीचच जास्त कर्कश वाटू लागला.

शेवटी एकानं जिवाचा धडा केला. म्हणाला,

"साहेब...."

साहेब धूर सोडण्यासाठी ओठांचा चंबू पुढे करीत होता. धूर सोडून चंबू मिटवून तो म्हणाला,

"काय?"

"तेवढं बगा की गरिबाकडं."

"काय बघू?"

हातात दगड घेऊन जमिनीवरनं रेघ ओढीत एका खालच्या मानेनं म्हणाला,

"नकाशातली रेघ खोडा की सायेब."

"खोडा? ती कशी खोडायची?"

"का बरं? लब्बर आसंलच की तुमापाशी."

साहेब खोऽ खो करून हसला. म्हणाला,

"लेका रबर नाही म्हणून काम राहिलंय काय ते? शहाणाच आहेस. इतकं ते सोपं काम असल्यावर मग काय पाहिजे होतं?"

"न्हयी, पर कराच काम एवढं गरिबाचं."

"अवघड आहे. जमणं कठीण."

आता मात्र एका घाईला आला. इतका वेळ जी गोष्ट बोल बोल म्हणून मनात ठेवली होती ती अगदी त्याच्या ओठावर आली. अगदी खासगी आवाज काढून तो साहेबाला म्हणाला,

"साहेब, न्हाई म्हणू नगा. वाटलं तर काय जिवाला मागून घ्या. पण कराच एवढं."

"मागून घेऊ?"

"हां."

"कशाला?"

"ह्यो रस्ता खोडायला."

साहेब रागावला. म्हणाला,

“मी लाच खातो असं वाटतं काय तुला?”

साहेब गुरगुरलेला बघून एकाच्या पोटात भीतीनं खड्डा पडला. मुकादमाने आपल्याला काय बजावलं होतं ते त्याच्या ध्यानात आलं. साहेब बिथरता उपयोगी नाही, हे त्याला उमगलं. सावरून घेऊन तो म्हणाला,

“तसं नव्हं. तुमी लाच घेणार असं कधीच हुयाचं नाही. तसं न्हवंच.”

“मग कसं?”

“माझी आपली गरिबाची भेट म्हणून काहीतरी घ्या. न्हाय म्हनू नगा. कामाचा सबुद काढत न्हाय म्या. काम करा न्हायतर करू नगा. पर माजी एवढी भेट घ्या.”

साहेबाला एकाचं हे बोलणं पटलं आणि कुणालाही पटण्यासारखंच ते बोलणं होतं. होय, लाच खाणं वेगळं आणि भेट म्हणून दिलेलं खिशात ठेवणं वेगळं. लाच खाणे आणि तीही सरकारी नोकराने ही हरामाची गोष्ट. ती कधीही करू नये. पण भेट म्हणून एखाद्या माणसाने दिले आपले काही प्रेमाने, तर ते घ्यायला काय हरकत आहे? तिथे नाही कसं म्हणता येईल? घ्यावंच लागतं माणसाला. काम करा नाही तर न करा. त्याचा याच्याशी काय संबंध? आता प्रेमाने दिलेली भेट घेतल्यावर आपणही प्रेमानं त्याचं काम करावं हे निराळं.

साहेबाच्या मनात असे अनेक उत्तम उत्तम विचार आले. शेवटी तो एकाला म्हणाला,

“हां, असं योग्य बोल. लाचबिच द्यायचं बोलशील तर मात्र जमायचं नाही. त्यापेक्षा चालू लाग इथून.”

“छ्या: छ्या:! असं कसं बोलीन मी?” असं म्हणून एका थांबला. घुटमळून म्हणाला,

“साहेब –”

“आँ?”

“पंचवीस रुपयाचा आहेर केला म्यां तुमाला. आता तोडा.”

हे ऐकल्यावर साहेबानं अपमान झाल्यासारखा चेहरा केला. अहो, पंचवीस रुपये म्हणजे झालं काय? इतकी हलकी भेट त्याने आजपर्यंत कुणाकडून घेतली नव्हती. गरीब गरीब झाला, तरी त्याने इतके कमी पैसे बोलावेत काय? मग आपल्या अधिकाराला काहीच किंमत नाही?

साहेब रागावला. तो देशी साहेबच होता. पण रागाने लाल झाला. म्हणाला,

“असं कर. ते पंचवीस रुपये वाट गावात. नाही तर बुक्का आणून लाव सगळ्यांना.”

“तसं न्हाय साहेब.”

“ऊठ निघ. मला काय बिगारी समजलास काय तू?”

एकाने सुरुवात म्हणूनच पंचविसाचा आकडा टाकला होता. त्याला पायरी पायरीने पुढे जायचे होते. मुळात कमीपासून सुरुवात करावी म्हणजे शेवटी बेताबातात येते हा रोकडा हिशेब त्या अडाणी डोक्यात बरोबर रुजलेला होता. पण साहेब लाल झालेला पाहून तो घाबरला. मनातल्या मनात चार-दोन पायऱ्या ओलांडून तो म्हणाला,

"बरं साहेब, पन्नास घ्या आता. नाही म्हनू नगा."

पण तरीही साहेब खुलेना. त्याची कळी फुलेना. रुसल्यासारखे करून तो बाजूला तोंड करून दुसरी सिगारेट पेटवू लागला. तोंडातून नुसता धूर काढू लागला. काही अक्षर बोलेना. एकाला वाटलं, साहेबाकडे तरी काय चूक आहे! आपलं एवढं मोठं काम करून देणार तो. त्याला काहीतरी राहायला नको? सबंध रस्ता नकाशातनं खोडायचा आणि दुसरीकडे ओढायचा म्हणजे त्या मानाने तो घेणारच. नुसते लब्बरच असल्या कामाला दहा-पाच रुपये खाईल. शिवाय खालची कारकून मंडळी. त्यांनाही घरी पोरे-बाळे असणारच. मग साहेबाला त्यातून काय राहणार?

शेवटी तो म्हणाला,

"साठ –"

पण साहेब बोलेना.

"सत्तर?"

तरी काही नाही.

"ऐंशी."

आता साहेबाने नुसते तोंड वळवून त्याच्याकडे बघितले. फक्ऽ करून तो हसला. पण अक्षर बोलला नाही.

एका आता घाईला आला.

"साहेब, नव्वद. ऐका माजं."

हा आकडा ऐकल्यावर साहेबाची गेलेली वाचा परत आली. तो मान हलवून म्हणाला,

"गड्या एवढ्यानं नाही भागत. काम फार अवघड आहे."

आता एक्याची ताकद संपली होती. त्याने साहेबाचे पाय धरले. चेहरा बापुडवाणा केला. काकुळतीला येऊन तो म्हणाला,

"साहेब, आता गरिबाचा अंत नगा बगू. शंभरावर तोडा. माझी तर ताकद संपली. आता तुमची विच्छा."

साहेबानं पाहिलं की, हा आता निर्वाणीचा बोलला. यापेक्षा अधिक चढणे कठीण. तेव्हा त्याला दया आली. त्याचे हात बाजूला करून तो बोलला,

"बरं. चल शंभर तर शंभर. गरीब म्हणून गय करतो. नाहीतर दोन-चारशेच्या

खाली मी उतरत नाही. पण दुसऱ्या कुणाला बोलू नकोस. गप राहा.''

"व्हय साहेब."

"मग ऊठ, पळ. जा पैसे आण. या रोड कारकुनाजवळ दे म्हणजे आम्हाला निघायला बरं."

"हा निघालु नव्हं का?"

असं म्हणून एका घराकडे सुटला. थोडक्यावर सुटलं, चार-दोनशे पडले नाहीत याचाच आनंद मनात घेऊन तो घरी पोचला. घरी सगळी काही रोकड नव्हती. साठ-सत्तराचीच साठवण होती. मग गावात हिंडून त्यानं कुठं ज्वारी घातली, कुठं खपली घातली आणि पैसे गोळा केले. तरी चार-दोन रुपये कमीच पडले. पण आता सवड नव्हती. संध्याकाळ व्हायला आली होती. उन्हं उतरत चालली होती आणि साहेबाला जायची घाई होती. म्हणून जमेल तेवढे पैसे गोळा करून तो माघारी फिरला. पुरचुंडी मुकादमाच्या हवाली करून म्हणाला,

"थोडं कमी हायेत. चारदोन. पुना जातायेता देतो."

मुकादमाने पैसे मोजून पाहिले. मग तो म्हणाला,

"ठीक आहे. आम्ही आता निघतो."

"आन् माजं काम?"

"आता त्याची काळजी करू नकोस. झालं म्हणून समज."

बघता बघता उन्हं सरली आणि सावल्या पुढे येऊ लागल्या. सूर्य मावळतीच्या खाली बुडाला. साहेबाच्या लोकांनी सगळे सामान आवरले आणि रस्त्याच्या कडेने झपाझप वाट धरली. एका लांबपर्यंत सारखा सांगत राहिला की, तेवढं काम करा, नकाशातील रेघ खोडून टाका.

एका घरी परत आला तेव्हा अंधारगुडुप झाला होता.

बायकोनं विचारलं,

"कोन अंमलदार आलं हुतं? आन् दिस बुडस्तवर कसला दंगा चालला हुता? आज यिळाभरात कामाला हात न्हायी लावला अगदी?"

बायकोवर खेकसून एका म्हणाला,

"अगं, तुला बायामाणसाला का कळतंय त्यातलं? उगी आपलं इचारतीस म्हून इचारतीस... अगं, वाचलु थोडक्यात. न्हायतर जिमिनीचं वाटुळं होत हुतं पाक आजच्याला. साहेब लांब पल्ल्याला चालला हुता. पर मी एका बोटावर भागिवला."

एका असं बोलला खरं. पण त्याला राहून राहून चुकल्यासारखं वाटू लागलं. आपलं काहीतरी हरवलेलं आहे असं त्याला सारखं वाटू लागलं. त्याने पहिल्यांदा इकडे तिकडे चाचपून पाहिलं. खिसे बघितले. धोतराच्या गाठी नीट आहेत का नाहीत हेही हळूच चाचपून पाहिलं. अखेरीला त्याने डोक्याला हात लावला.

– आणि मग त्याच्या ध्यानात आलं की, आपला पटका हरवलेला आहे. बऱ्याच वेळापासनं तो आपल्या डोक्यावर नाही.

दोन-तीन दिवसांनी एक्याचा जवळच्या गावचा पाहुणा एकाला आढळायला आला. दिवसभर राहिला. रात्रीच्याला जेवणंखाणं झाल्यावर दोघेही जण बाहेर पडवीत बसले. इकडेतिकडे बोलत राहिले.

तोंडातली विडी बाहेर काढून धूर फुंकून टाकून पाहुणा म्हणाला,

"मोट्या बिलामतीतून वाचलुं, एकनाथ."

एका सावकाशपणे तंबाखू तोंडात सोडत होता. ते काम उरकल्यावर तो म्हणाला,

"बिलामत कसली रं?"

"सांगतु. ऐक अशी –"

असं म्हणून पाहुणा थोडासा थांबला. मग म्हणाला,

"जिमिनीचं वाटुळं होत हुतं पाक माज्या."

"आँ? ते कशानी?"

"नवा रस्ता निगत हुता माज्या रानातनं. सरकारी काम हुतं."

"मग?"

"मग काय? दिलं साहेबाला पैसं. म्हटलं खा, पर तसं नगं करूस. ऐकलं हा सायबानं."

ही हकीकत ऐकून एका एकदम दचकला. अंगात आलेला माणूस बघून तो जसा दचकत असे तसा घाबरला. त्याच्या डोळ्यासमोर एकदम काहीतरी चमकलं. घाईघाईनं तंबाखू थुंकून तो म्हणाला,

"पांडा, ही कवाची गोस्ट?"

"काल सकाळची. सकाळच्या पारी रानातच ह्यो ख्योळ झाला."

"चार-पाच गडी आले हुते का?"

"हा."

"आन् साहेब एक?"

"हां."

"काळा, फोडेल्या तोंडाचा?"

"व्हय, व्हय, पर तुला कसं काय ठावं?"

"किती पैसं दिलंस?"

"पन्नास रुपये."

"आन् घेतलं त्यानं गुपचिप?"

"न घेऊन काय करतु? म्हनलं, हायेत हे एवढे हायेत. वाटलंत घ्या, न्हाइतर सोडा. घेतलं मग मुकाट."

एका गप्प बसून ऐकत राहिला. पांडाने त्याला पुढे काहीतरी विचारलं, पण त्याचं तिकडे लक्षच राहिलं नाही. तो आपला मनाशी विचार करीत राहिला. तीन दिवसांपूर्वी साहेब आपल्या रानात आला. शंभर रुपये घेऊन गेला. रस्ता खोडतो म्हणाला. आता कालच्याला त्याने पांडाच्या रानातनं रस्ता काढला. पन्नास रुपये घेऊन तोही खोडून टाकला. दोन गावाला दोन रस्ते एकदम कुठले निघाले? आणि त्याने गपचिप खलास कसे केले? का दर गावाला साहेब हा खेळ करतो?

एकाला उत्तर सापडले आणि ते सापडले कसे याचे मनातल्या मनात नवलही वाटले.

थोड्या वेळानं एकाची बायको बाहेर आली. म्हणाली,

"सापडला वो."

"काय सापडला?"

"पटका तुमचा. गाडग्यात हुता. आत्ता मिरच्या काढल्या तवा घावला."

आणि तिनं मिरच्यात घोळसलेला, दोन-तीन दिवस हरवलेला पटका नवऱ्यापुढे टाकला!

□

अभ्यास

तासाची घंटा झाल्यावर शिक्षक निघून गेले आणि वर्ग उघडा पडला. मुलांनी पुस्तके भराभर पिशव्यांत कोंबली. सामान आवरले. मग कुणी उठून बाहेर पळाले. कुणी बाकावरून उड्या मारल्या. कुणी फळ्याजवळ जाऊन त्यावर नक्षीकाम केले. आरडाओरडा सुरू झाला आणि वर्गाला एखाद्या मंडईचे स्वरूप आले. वर्गाच्या सेक्रेटरीने पुष्कळ दमदाटी केली. फळ्यावर नावे लिहिली. पण दंगा थांबला नाही. उलट त्यात मारामारी आणि रडारड या गोष्टींची भर पडली.

अशी पाच मिनिटे गेली.

मग दुसरे मास्तर हळूहळू वर्गात आले. डाव्या हाताने धोतर खाली खेचीत आणि उजव्या हाताने चष्मा सावरीत मास्तर वर्गात आले. आल्याबरोबर त्यांनी वर्गाकडे एकदा नीट निरखून पाहिले. सगळी मुलं व्यवस्थित उभी आहेत की नाहीत याची बारीक डोळ्यांनी तपासणी केली. मग धिमेपणाने चालत चालत ते टेबलाशी येऊन पोचले. खुर्चीवर बसले. हाशहुश करीत स्वस्थ बसून राहिले.

मास्तर बसले तशी मुलेही बसली. पुन्हा एकदा गलका सुरू झाला. गोंधळ, गडबड वाढली.

थोड्या वेळाने मास्तर सरसावून बसले. त्यांनी डोळे मोठे केले. भिवया उंचावल्या. भरडा आवाज काढून ते म्हणाले,

''काय रे ए, गप्प बसता की नाही? का देऊ थोबाडीत एकेकाच्या?''

त्याबरोबर वर्गात एकदम शांतता पसरली. जो तो समोरच्या पुस्तकाकडे बघू लागला.

इतका वेळ वर्गाचा सेक्रेटरी टेबलाजवळ उभा होता. तो म्हणाला, ''सर, फळ्यावर नावं लिहिलीत ना, ती मुलं फार दंगा करीत होती सर –''

''होय का?'' मास्तर मान डोलावून बोलले. त्यांनी फळ्याकडे मुळीच बघितले नाही. ''उभे राहा रे. ज्यांची ज्यांची नावं लिहिलीत ते उभा राहा.''

सेक्रेटरी म्हणाला, "जोशी, उभा राहा. बेंद्रे तू... पवार."

चार-दोन मुले उभी राहिली. मास्तरांनी त्यांना जवळ बोलावले. सेक्रेटरीने त्यांच्यावरील आरोप सांगितले. मास्तरांनी प्रत्येकाचा असा जोरात कान पिरगळून गुन्हा कबूल आहे का म्हणून विचारले, की नाकबूल करण्याची कुणाची हिंमतच झाली नाही. एक-दोघे तोंडातून शब्द बाहेर काढण्याच्या बेतात होते. पण त्यापूर्वीच त्यांच्या पाठीत जोराचा धपाटा बसला. मागाहून गर्जना ऐकू आली.

"चला गाढवांनो, व्हा जाग्यावर. चाबकानं फोडायला पाहिजे एकेकाला."

गुन्हेगार मुले गुपचूप जाग्यावर जाऊन बसली. सेक्रेटरीही जाग्यावर गेला. वातावरण दबकले. सगळीकडे शांतता भरून राहिली. मुले एकदा मास्तरांच्याकडे बघू लागली. पुन्हा पुस्तकांकडे पाहू लागली.

वर्गात अशा रीतीने शांतता आणि सुव्यवस्था स्थापन झाली, हे पाहिल्यावर मास्तरांनी करकरा टाळू खाजवली. सेक्रेटरीला खुणेने दरवाजा लावून बंद करण्याची आज्ञा केली. वर्गाचा दरवाजा लावून घेतला गेल्यावर त्यांनी खिशातला रुमाल काढून नाक शिंकरले. मग डबी काढून तपकिरीची चिमूट पुन्हा नाकात कोंबली. पिशवीतले वर्तमानपत्र काढून टेबलावर ठेवले. मुलांना सांगितले,

"धडा सातवा वाचायला लागा मनात. मनात वाचायचं अगदी. हा, एक शब्द ऐकू येता उपयोगी नाही बाहेर."

मुले वाचू लागली. मास्तर वर्तमानपत्र काढून त्यातील मघाशी अर्धाच राहिलेला अग्रलेख वाचू लागले. ओठ हलवून प्रत्येक शब्दाचा मनाशी उच्चार करीत वाचू लागले. वाचता वाचता मान डोलावू लागले.

इकडे मुलांनी सातव्या धड्यातील पाच-सात ओळी वाचल्या. मग त्यांचे धड्यातील लक्ष उडाले. मास्तरांच्याकडे अधूनमधून बघत काहीजण एकमेकांशी कुजबुजू लागले. कुणी पुस्तकातील चित्राभोवती नक्षी काढली. कुणी बाईला आकडेबाज मिशा चढवल्या. तर साहेबाला गंध लावून त्याचे शुद्धीकरण केले. काहीजणांनी मधल्या सुट्टीतील कार्यक्रमाची रूपरेषा आखली. एकदोघांनी खिडकीतून वाकून बाहेरच्या वातावरणाचे सूक्ष्म निरीक्षण केले. मग एकाने पाठीमागे पाय सारून दुसऱ्याच्या पायाला गुदगुल्या केल्या. दुसऱ्याने एकदम दचकून हात झाडले. त्याबरोबर समोरची दौत सांडली. शाईचा ओघळ एकदम वाहत गेला आणि शेजारच्या मुलाच्या चड्डीवर मोठा डाग पडला. त्याने दुसऱ्याला धपाटा घातला. दुसरा त्याला चावला आणि मग तेथे जोराचे भांडण पेटले. हां, हां म्हणता दहा-पाच मुले भोवती जमली. वर्गात पुन्हा गोंगाट झाला. मास्तरांनी प्रस्थापित केलेली शांतता आणि सुव्यवस्था एकदम कोसळली.

हे सगळं होईपर्यंत मास्तरांचे वर्तमानपत्राचे वाचन पूर्णपणे आटोपले होते.

अग्रलेख आणि महत्त्वाच्या बातम्या वाचून झाल्याच होत्या, पण सिनेमाच्या जाहिरातीही पाहून झाल्या होत्या. आता मास्तरांचे पत्रलेखन चालले होते. मायना घालून निम्माशिम्मा मजकूर लिहून झाला होता... "मुलगी पसंत असल्यास ऐपतीप्रमाणे खर्च करू. अगदीच मुलगी आणि नारळ असे होणार नाही. तथापि, अजून चार मुली उजवायच्या आहेत हे लक्षात घेऊन...."

एवढ्यात वर्गातील गोंगाट त्यांच्या कानात शिरला. रडणे-ओरडणे, भांडणे ऐकू आली आणि त्यांच्या तंद्रीचा भंग झाला. पत्र तसेच ठेवून त्यांनी चष्म्यावरून एकदा वर्गाकडे पाहिले. काय झाले असावे याचा अदमास घेतला. मग मोठा आवाज काढून ते ओरडले,

"काय रे, ए देशपांड्या गाढवा, रडायला काय झालं तुला?"

देशपांडे मनगटाने नाक पुशीत, हुंदके देत देत म्हणाला,

"मला चावला सर हा."

"कोण?"

"हा जोशी, सर."

"होय का? जोश्या, इकडे ये हरामखोरा. चावतोस होय लेका? कुत्राबित्रा आहेस काय? आं?"

"नाही सर –" जोशी बोलण्याचा प्रयत्न करीत म्हणाला.

"चल, इकडे ये आधी."

जोशी मुकाट्याने टेबलाकडे आला. भेदरलेल्या डोळ्यांनी मास्तरांच्याकडे पाहत राहिला. मास्तरांनी त्याच्या टाळक्यावर एक फटका लगावला. मग पाठीत जोराचा बकणा घातला आणि शेवटी कान पिरगाळला. पिरगाळला म्हणजे अगदी कानाची घडीच केली. अशी की जोशी दोन्ही पायांनी धबधबा नाचू लागला आणि ओरडू लागला –

"मी नाही सर, मी नाही –"

"मग का चावलास त्याला?"

"देशपांडेनं मला मारलं आधी. पाठीत बुक्की घातली माझ्या." अं... अं करीत जोश्याने माहिती सांगितली.

त्याबरोबर मास्तरांनी जोशीचा कान सोडला. डोळे विस्फारून ते ओरडले,

"होय का? मग आधी का नाही मला सांगितलंस? देशपांड्या, चल इकडे ये चल -"

मग देशपांड्याच्याही कानाची घडी झाली. आता तोही नाचू लागला. रडत ओरडत सांगू लागला,

"सर, याने माझ्या चड्डीवर डाग पाडला. दौत फोडली. हा बघा सर."

"होय का?" मास्तर त्याच्या चड्डीकडे पाहत म्हणाले, "अरेच्या! खरंच की, केवढा डाग पाडलाहेस रे जोश्या? बिनडोक माणूस! दौतसुद्धा फोडलीस ना

त्याची?''

आणि त्यांनी पुन्हा जोश्याच्या पाठीत सटका घातला.

''दौत माझी फुटली सर, त्याची नाही.''

''असं होय? देशपांड्या, खोटं बोलतोस का?''

त्याबरोबर देशपांड्याची पाठ हुळहुळी झाली.

उलटा हात पाठीवरून फिरवीत पाठीचे सांत्वन करण्याचा प्रयत्न करीत जोशी रडवेल्या सुरात म्हणाला,

''सर, मी... मी किनई धडा वाचीत होतो –''

''आणि या देशपांड्यानं दौत फोडली असंच ना? तरी मला वाटलंच.''

असं म्हणून मास्तरांनी देशपांड्याला पुन्हा एक जोरदार फटका ठेवून दिला. त्याबरोबर तो ओरडला,

''मी कधी फोडली –''

''मग? काय रे जोश्या? खोटं बोलतोस का?''

जोशी एकदम मागे सरकला. त्यांचा टोला चुकला. पुढच्या मुलाकडे बोट दाखवून तो म्हणाला, ''सर, त्यानं माझ्या पायाला एकदम गुदगुल्या केल्या सर.''

''कुणी?''

''हा गोखले सर. नेहमी असं करतो सर.''

''होय का?''

''होय सर. म्हणून माझी दौत फुटली सर.'''

''असं, मग बरोबर! गोखल्या, चल इकडे ये.''

गोखले पुढे आला तसे मास्तरांनी त्याला धरले. त्याच्या खांद्याची शीर दाबून त्यालाही रडायला लावले. मग पुन्हा फटके मारून सगळ्यांनाच जागेवर बसविले. सगळीकडे शांतता आणि सुव्यवस्था परत स्थापन केली. आता या गोंधळात पत्र पुरे करणे कठीणच असा मनाशी विचार करून त्यांनी रागारागात ते पत्र खिशात कोंबले. ''काय कार्टी आहेत पण! एक साधं पत्र काही लिहू देत नाहीत. नालायक!...'' असे काहीतरी पुटपुटत मास्तरांनी खिशात हात घालून खडू पाहिला. पिशवीतले पुस्तक शोधले. पण खडूही नव्हता. पिशवीत पुस्तकही नव्हते. मग सेक्रेटरीला हाक मारून त्यांनी सांगितले,

''ए, जा रे. शिक्षकांच्या खोलीत जा. माझ्या ड्रॉवरमधून इतिहासाचं पुस्तक घेऊन ये जा. पळ, अन् खडूही घेऊन ये.''

सेक्रेटरी येईपर्यंत काही उद्योग नव्हता. म्हणून मास्तरांनी वर्गात तोपर्यंत एक फेरी मारली. सगळ्यांजवळ इतिहासाची पुस्तके आहेत की नाहीत याची तपासणी केली. ज्यांच्याजवळ नव्हती त्यांना तेवढ्यात बदडले.

सेक्रेटरीने वर्गात येऊन पुस्तक हातात ठेवल्यावर त्यांच्या अंगाचा भडका उडाला.

"गाढवा, हे कुणाचं पुस्तक आणलंस? कुलकर्णी मास्तरांचं आहे हे. अन् इतिहासाचं तरी आहे का? डोळे फाडून बघ नीट."

सेक्रेटरी फार हुशार होता. त्याने लांबूनच टाचा उंच करून पुस्तकाकडे पाहिले. चेहरा ओशाळा करून तो हसला. हळूच आवाजात म्हणाला,

"पण तुमच्याच ड्रॉवरमधून आणलं सर पुस्तक."

मास्तरांनी मान हलविली.

"छ्या:!"

"होय, सर."

"कशावरून?"

"मला माहीत आहे सर तुमचा ड्रॉवर. ते नागव्या बाईचं पुस्तक असतं वर, तोच ना?"

हे ऐकल्यावर मास्तर चपापले. आपले पुस्तक कुलकर्णी मास्तरांनी पळवलं हे त्यांच्या ध्यानात आलं. त्यांचा चेहरा लालभडक झाला.

"बरं बरं, फार शहाणा आहेस. जा. जाग्यावर बैस." सेक्रेटरी जाग्यावर बसला.

"अन् खडू आणलास का?"

सेक्रेटरी पुन्हा उभा राहिला. त्याने हातभर जीभ बाहेर काढली. दाताखाली चावली.

"च्ऽच्! विसरलो. आणू का सर?"

"आता तू नको जाऊस." मास्तर सावधगिरी बाळगून म्हणाले, "कोण आणतो रे खडू?"

त्याबरोबर मी, मी करीत पाच-सात पोरे एकदम उठली. दरवाजाकडे धावली.

मास्तरांनी हातात सापडेल त्याच्या पाठीत सटके घातले. पुन्हा पळापळ झाली. मार खाल्लेले वीर जागेवर बसले. तोपर्यंत दोघेजण या पावनखिंडीतून निसटून दरवाजापर्यंत जाऊन पोहोचलेही होते. मास्तरांची करडी दृष्टी आपल्याकडे वळली हे पाहिल्यावर एकजण साळसूदपणे म्हणाला,

"सर, आम्ही दोघे जाऊन आणतो खडू. अं?"

"तुम्ही दोघे कशाला?" एकाला मागे पिटाळीत मास्तर खेकसले, "खडू काय पालखीत घालून आणायचा आहे काय? मूर्ख नाहीतर? चल हो जाग्यावर."

एकजण जाग्यावर बसला. दुसऱ्याने खडू आणून टेबलावर ठेवला. खडू हातात उभा धरून त्याने टेबलावर रेघोट्या मारीत मास्तरांनी एकवार वर्गाकडे निरखून पाहिले. सगळे काही ठीकठाक आहे, हे पाहिल्यावर त्यांनी घसा खाकरला.

"मागच्या तासाला –"

तेवढ्यात दरवाजा उघडला. हातात नोटीस घेतलेली वही घेऊन शिपाई आत आला. मास्तरांचे बोलणे अर्ध्यावरच तुटले.

"काय रे?"

"नोटीस आहे साहेब."

"पाहू."

मास्तरांनी वही हातात घेऊन स्वत: एकदा नोटीस नीट वाचली. मग वर्गाला वाचून दाखविली. या नोटिशीचा सारांश इतकाच होता की, कुठल्यातरी सणानिमित्त शाळेला उद्या सुट्टी आहे. तेव्हा मुलांनी परवाच्या दिवशी नेहमीप्रमाणे शाळेला यावे. नोटीस साधीच होती; परंतु मुलांना ती टाळ्या वाजविण्याइतकी महत्त्वाची वाटली. सगळा वर्ग दणाणून गेला. त्यामुळे मास्तरांनी पुन्हा एकदा सगळ्यांना दटावले. सही करून वही शिपायाच्या हातात दिली.

शिपाई म्हणाला,

"आज काही आणायचं का सर?"

मास्तरांनी क्षणभर विचार केला. डोळे मिटले. नंतर खिशातून दोन आणे काढून त्याच्या हातावर ठेवले.

"भेळ आण आज झकास. बऱ्याच दिवसांत खाल्ली नाही. आणि पान, सुका कात, चुना जास्त."

"होय साहेब."

"तंबाखू नको रे. तंबाखू आहे माझ्याजवळ."

"बराय साहेब."

असे म्हणून शिपाई निघून गेला. त्याने दार तसेच उघडे ठेवले हे बघून मास्तरांच्या कपाळाला आठ्या पडल्या. अगदी अगदी शिस्त नाही बुवा या लोकांना. कुणी येते जाते. बाहेरून डोकावून पाहते. वर्ग कसा लावून घेतलेला असावा. म्हणजे आतले काही दिसत नाही. कसे बरे वाटते....

सेक्रेटरीला खुणेने ते काम करायला सांगून मास्तर म्हणाले, "हा, तर मी काय सांगत होतो? – मागच्या तासाला –"

इतक्यात कोपऱ्यातला एक मुलगा चड्डी वर सरकवीत उभा राहिला. तिकडे त्यांचे लक्ष गेले.

"काय रे सुध्या काय पाहिजे?"

सुध्याने करंगळी वर करून कामाची निकड मास्तरांच्या ध्यानात आणून दिली.

"जाऊ का सर?"

"जा पळ."

सुध्याला परवानगी मिळाली हे पाहून बाकीची मुले अस्वस्थ झाली. बाहेर जाण्याचा त्याच्याइतकाच आपलाही हक्क आहे हे त्यांच्या ध्यानात आले. मग दुसरा

उठला आणि म्हणाला, ''पाणी पिऊन येऊ सर मी?''

मास्तर खेकसून म्हणाले,

''काय मरशील का पाणी नाही तर? बैस खाली. एक गेला की उठला दुसरा. अभ्यास सोडून बाकी सगळ्या गोष्टींत कसे एका पायावर तयार.''

दुसरा मुलगा निमूटपणे खाली बसला.

''तर मागल्या तासाला मी –''

– आणि वर्गात धाड्दिशी आवाज निघाला. मागच्या बाजूस काहीतरी खाली पडले. मोठाच आवाज झाला. मास्तरांसह सगळ्यांचेच लक्ष तिकडे गेले.

''काय झालं रे?''

त्याचबरोबर पाच-सात मुले पाठीमागच्या बाजूला धावली. भिंतीपाशी घोळका झाला. सगळेच एकदम ओरडून सांगू लागले. त्यामुळे मास्तरांना काहीच कळले नाही. डस्टर टेबलावर आपटून त्यांनी जागेवरून हललेला बेशिस्त जमाव परत जागेवर बसविला.

''काय झालं?''

''काही नाही सर. तो लोंढे आहे ना सर, त्याचा डबा बाकावरून खाली पडला अन् सांडलं सर.''

''असं? कुठाय लोंढे?''

सांडलेले पदार्थ गोळा करीत लोंढे फरशीवर बसला होता. आता मधल्या सुट्टीत काय खावे या विचाराने तो कावराबावरा झाला. मास्तरांची हाक ऐकल्यावर तो उठून उभा राहिला.

''तुझा डबा सांडला का रे?''

रडकुंडीला येऊन लोंढे म्हणाला,

''हो सर.''

''गाढवा, नीट ठेवता येत नाही आपल्याला तर आणतोस कशाला? बरं काय होतं डब्यात?''

''पोळी –''

''आणखी?''

''शिरा.''

''शिरासुद्धा सांडला का?''

''होय.''

मास्तरांनी जीभ तोंडातल्या तोंडात फिरविली. आपण बऱ्याच दिवसांत शिरा खाल्लेला नाही याची त्यांना आठवण झाली. आता घरी गेल्यावर बायकोला एकदा शिरा करायला सांगितले पाहिजे, असे त्यांच्या मनात येऊन गेले. पण तो विचार

दाबून टाकून ते म्हणाले,

"तर मागच्या तासाला मी जे सांगितलं ते-"

– आणि बाहेर घंटा झाली असे मास्तरांना एकाएकी वाटले.

खाली खुर्चीत बसून त्यांनी शांतपणे कानोसा घेतला. मुलांच्या तोंडाकडे निरखून पाहिले. पण घंटा झाल्याची खूण कोणाच्याच तोंडावर नव्हती. मग मास्तरांनी डोळे किलकिले करून सेक्रेटरीला विचारले,

"काय रे, घंटा झाली ना?"

सेक्रेटरी म्हणाला,

"नाही सर."

"आं? मग मला कशी ऐकू आली? काय बुवा या घंटा निघाल्यात एकेक. वाजतात त्या वेळी ऐकू येत नाहीत अन् नाही वाजत त्या वेळी मात्र कशा ऐकू येतात कोण जाणे!"

"मी बघून येऊ का सर?"

"जा बरं. ऑफिसमध्ये जाऊन बघून ये किती वेळ उरला तो."

मास्तरांनी आज्ञा सोडली आणि सेक्रेटरी पळतपळत बाहेर गेला. मग मास्तरांनी तपकिरीची डबी काढून चिमूटभर तपकीर काढली आणि नाकात कोंबली. रुमालात तोंड खुपसून सर्रर्रर्र असा आवाज काढला. नाक पुसले. चष्मा पुसला. म्हणाले,

"तर मागच्या तासाला मी जे सांगितलं –"

– आणि तास संपल्याची घंटा वाजली. खरोखर वाजली.

"– ते आता पुढच्या तासाला पाहू."

असे म्हणून मास्तरांनी टेबलावरचे साहित्य आवरले. खडू खिशात घातला. पुस्तक पिशवीत ठेवले आणि हळूहळू चालत, डाव्या बाजूचे धोतर खाली ओढीत ते वर्गातून बाहेर पडले. व्हरांड्यातून शिक्षकांच्या खोलीकडे गेले. हळूहळू अदृश्य झाले.

मग वर्ग पुन्हा उघडा पडला. मुलांनी बाहेर काढलेली पुस्तके भराभर पिशव्यांत कोंबली. सामान आवरले. कुणी उठून लगबगीने बाहेर पडले. कुणी बाकावर उभे राहून उड्या मारल्या. कुणी दुसऱ्याला चिमटे काढले. फळ्याजवळ जाऊन काही जणांनी नक्षीकाम केले. आरडाओरडा सुरू झाला आणि वर्गाला एखाद्या मंडईचे स्वरूप आले. सेक्रेटरी टेबलाजवळ उभा राहून मुलांना दटावू लागला. फळ्यावर नावे लिहू लागला. पण दंगा चालूच राहिला.

– आणि पुढच्या तासाचे मास्तर तेवढ्यात वर्गात आले.

□

शायडी

दुपारी दोनच्या वेळेला शिवा जमदाडे लिंबाच्या पारावर निवांत झोपला होता. सगळीकडे चैत्राचे रख्ख ऊन पसरले होते. डोक्यावर गार सावली होती. ऊनऊन झळा अंगाला लागत होत्या आणि मोहोरलेल्या लिंबाचा उग्र गोड वास नाकात शिरत होता. कसे बरे वाटत होते. अजून तास दीड तास असेच डोळे मिटून पसरावे, अंगाचा शिणवटा घालवावा. डोळे उघडतील तेव्हा उघडावेत. मग उठून फर्मास विडी ओढावी, धूर गिळावा आणि आणखी घटकाभर बसून घरी चालू लागावे. बायकोजवळ बसून चहा प्यावा. मग कंटाळा आला तर द्यावी ताणून. नाहीतर कुठे तरी जाऊन गप्पा हाणाव्यात.

सबंध दिवसाच्या कार्यक्रमाची शिवाने बरोबर मनात आखणी केली होती. तसा तो मोठा व्यवस्थेशीर इसम होता. आज कुठे झोपायचे, कुठे गप्पा ठोकायच्या, हॉटेलात किती उधारी करायची याची योजना सकाळी उठल्याबरोबर त्याच्या डोक्यात तयार असे. दुपारी दोनपर्यंतचा कार्यक्रम त्याप्रमाणे बिनबोभाट पार पडला होता. पुढचाही जुळण्याची खात्री होती. म्हणून शिवा मनात खूश होता. मध्येच झाडाच्या फांद्या सळसळत. वाऱ्याची झुळूक अंगावरून लोळत जाई. आणखी थोडा वेळ झोपावे हा बेत जास्तीच पक्का होई.

घटकाभर असा गेला. शिवाला मध्येच एक छान डुलकी लागली आणि कुणाच्या तरी हाकेने तो एकदम जागा झाला.

''ओ पावणे –''

धोतरातून तोंड काढून शिवाने त्रासिक दृष्टीने पाहिले. हातात काठी घेतलेला फाटका कपड्याचा माणूस पाराजवळ उभा होता. काळा कुळकुळीत, उंच आणि लुकडा. शिवाने पाहिल्यावर तो गरिबीनं हसला. त्याच्या हसण्यावरून शिवानं ओळखलं, कुठल्यातरी खालच्या जातीतला माणूस आहे. परगावचा दिसतोय. याचे आपल्याकडे काय काम निघाले बुवा?

"रामराम हो!"

शिवा उठून बसला. मोठी जांभई देऊन त्याने आळस घालविला. आळोखेपिळोखे दिले. मग थोडा वेळ नव्या माणसाकडे टक लावून पाहिले.

"रामराम."

"रामराम हो –"

"हां, रामराम."

शिवा पहिल्यांदा खूश झाला. कारण गावात त्याला रामराम करणारे कोणीच नव्हते. अगदी क्वचित केव्हातरी ही पर्वणी यायची. आपल्याला दोनदा रामराम केला त्याअर्थी हा इसम बरा दिसतो. याची जरा प्रेमळपणाने चौकशी केली पाहिजे. अशी माणसे अलीकडे फारशी भेटत नाहीत.

पण शिवाचा उत्साह क्षणभरच टिकला. त्या माणसाने आपले डोळे चमत्कारिकपणे त्याच्याकडे रोखले. मग माकडासारखे दात विचकले. पुन्हा तो हसून म्हणाला,

"रामराम हो."

शिवा दचकून म्हणाला,

"आं?"

"रामराम हो."

"हां, हां."

"रामराम हो."

आता मात्र शिवा चिडला. हा काय चावटपणा आहे? उद्योग नाही, धंदा नाही, नुसते आपले 'रामराम हो' म्हणजे काय? एक व्हलपाडीत ठेवून द्यावी सणदिशी म्हणजे आपोआप बंद होईल फाजीलपणा. काय चेष्टा चालवलीय का काय! या शिवा जमदाड्याचा इंगा तुला ठाऊक नाही अजून. बाबू पैलवानाला एकदा नुसते सांगायचा अवकाश आहे. हां, तो अशी एक गुच्ची ठेवून देईल की, आईचे दूधच आठवले पाहिजे.

शिवा खेकसून बोलला, "आरं काय पायजे काय तुला?"

तो माणूस पुन्हा एकदम हसला. मग पारावर टेकला. कमरेची मळकट पिशवी काढून त्याने तंबाखूची चिमूट काढली. तळव्यावर घेऊन चोळून तोंडात सोडली. मग उगीचच तोंड घट्ट मिटून स्वस्थ बसून राहिला. कुणी माणूस पारावर बसला आहे आणि त्याला आपण घडीभरापूर्वीच रामराम केला होता, ही गोष्ट त्याच्या ध्यानीमनीही दिसली नाही.

थोडा वेळ गेला. रस्त्याने एक मरतुकडे कुत्रे आपल्याच नादात चालले होते. त्याला या माणसाने एकदम कर्कश सुरात हाक मारली,

"ए –"

त्याबरोबर ते कुत्रे एकदम दचकले. यावरून जागच्या जागी उभे राहिले. शेपटी हलवीत पाराकडे पाहू लागले.

"रामराम हो –" त्या माणसाने हात कपाळाकडे नेला.

त्या कुत्र्याला या रामरामाचे काही विशेष वाटल्याचे दिसले नाही. इकडेतिकडे पाहून ते पुढे चालू लागले. शिवा मात्र बावचळून या चमत्कारिक माणसाकडे पाहत राहिला. तोंडाचा 'आ' करून पाहात राहिला. काय माणूस आहे! माणसालाही रामराम घालतो आणि कुत्र्यालाही रामराम घालतो. नादिष्ट आहे का वेडा? काही समजत नाही. विचारून तर पाहावे एकदा. शिवा एकदा खाकरला. मग किंचित सरकून म्हणाला,

"रामराम हो –"

तो माणूस त्याच्याकडे आश्चर्याने पाहू लागला. म्हणाला,

"रामराम हो –"

"कोण गाव?"

"आं?"

"नव्हं, कुठलं तुमी?"

बराच वेळ गेला तरी त्या माणसाने काहीच उत्तर दिले नाही. शिवाने पुन:पुन्हा खोदखोदून विचारले तेव्हा तो मान डोलवीत म्हणाला,

"येकलासपूर. आमी येकलासपूरचं. म्हणजे आमचं गाव येकलासपूर."

"मग हितं कशापायी आला!"

"मरायला... अन् तुमी?"

"आमी हितलेच." शिवा बावरून बोलला. त्याला काही नीटसा अदमासच येईना.

"काय करतोस तिथं?"

"उड्या मारतो म्हारुतीवानी टनाटन् टनाटन् –"

"आन उड्या मारून काय करतोस?"

"हिंडतो बोंबलत. मी खंडुबा हाये परत्यक्ष. तुम्हाला कुठं ठावं हाय गंमत? एक दीन ठिवून."

शिवाने गमतीने मान हलविली.

"खंडुबाचा अवतार? आगागागागं...."

"व्हय आपलं कामच तसलं हाय."

"खंडुबाराया, मी हात जोडतो. तुजा आशीर्वाद आसू दे." शिवाने डोळे मिचकावून गंभीर मुद्रा केली. हात जोडले.

"खण्खण्खण्खण्...." तो माणूस देवळातल्या घंटेचा आवाज तोंडाने काढीत

एखाद्या गुरवासारखा सुरात ओरडला, "भक्ताला सुखी ठेव... वारंवार भेटीला येऊ दे."

हा माणूस वेडा असावा अशी शंका शिवाला थोड्या वेळापूर्वीच आली होती. आता त्याची खात्री पटली. मग त्याने आणखी बराच वेळ स्वत:ची करमणूक करून घेतली. नाही नाही त्या चौकशा केल्या. त्यातून बरीच उद्‌बोधक माहिती मिळाली. हा इसम खंडोबाचा अवतार तर आहेच; पण सटवाईचा सख्खा मुलगा आहे. परवाच मरीआईने त्याला एक हजार रुपये बक्षीस देऊन त्याची जमीन सोडवून दिली. आता ती जमीन खिशात घालून तो गावोगाव हिंडत असतो. ती कुणी चोरून नेऊ नये म्हणून त्याने फडक्यात बांधून तिला गाठी दिलेल्या आहेत. मनात आले की, हवेतून तरंगत तरंगत तो भुर्रर्रऽ उडून जातो. एकदम गडप होऊन आजात झाडाच्या शेंड्यावर जाऊन बसतो....

ही माहिती ऐकून शिवाला फारच मजा वाटली. ते काही नाही. ही गंमत सगळ्या गावाला कळली पाहिजे. निदान आपल्या टोळक्यातल्या मंडळींना तरी सांगितली पाहिजे. म्हणजे सगळ्यांनाच त्याची मजा चाखता येईल. गणामास्तराकडे बहुतेक मंडळी सापडण्याचा संभव आहे. जे नसतील त्यांना लगेच बोलावणे पाठवू म्हणजे झाले. पण एकवार ही वल्ली अवश्य पाहिलीच पाहिजे.

शिवा घाईघाईने उठला. त्याबरोबर तो वेडा हसला.

"रामराम हो –"

"हा, रामराम."

"रामराम हो."

"बसा बसा महाराज हितं पारावर. आलोच मी."

असे म्हणून शिवानं घाईघाईने धोतराच्या निऱ्या तोंडात धरून धोतर सोडलं आणि पुन्हा नीट नेसलं. खिशातील विडीचे बंडल काढून त्यातली एक विडी तोंडात धरून पेटवली. त्याबरोबर त्या वेड्यानेही विडीसाठी हात पसरला. शिवाने त्याच्यापुढे बंडल धरल्यावर त्याने खस्‌दिशी चार-पाच विड्या उपसल्या आणि एका वेळेला तोंडात घालून त्या पेटविल्या. पेटलेल्या पाच विड्या तोंडात घातलेले ते ध्यान आता अगदीच मजेशीर दिसू लागले. शिवाला पुन्हा एकदा हसू आले. भराभरा टांगा टाकीत तो निघाला आणि गणामास्तराच्या घराकडे आला.

गणामास्तर नुकताच झोपेतनं उठला होता. वर्तमानपत्रातल्या बातम्या वाचीत होता. रामा खरात दोन्ही गुडघे उभे करून आणि त्याला हाताची मिठी देऊन बुडावर बसला होता. नेहमीप्रमाणे तोंडाचा आ करून ऐकत होता. बाबू पैलवान ऐकता ऐकताच खाली वाकून शेवटच्या पानावर जंगी कुस्तीची जाहिरात होती ती पाहत होता. त्यातल्या पैलवानांच्या चित्राकडे कुतूहलाने बघत होता. ज्ञानू वाघमोडे मात्र

उगीच माणसासारखा गप्प बसून राहिला होता. "झाली आता चहाची टाईम. घरी जावं." असं काहीतरी मध्येच एखादं वाक्य बोलत होता. बाकी गणामास्तराचे वाचन ठीक चालले होते.

शिवा तिथं येऊन पोचल्यावर रामा खरातला बरं वाटलं. मान डोलावीत तो म्हणाला,

"काय कंपनी? झोपा बुडवून आज हिकडं कुनीकडं?"

शिवाला एकदम हसूच आलं.

"ह्यः ह्यः ह्यः!"

सार्वजनिक वाचन ही गणामास्तराची जन्मजात खोड होती. त्यात कुणी गडबड केलेली त्याला चालत नसे. त्यामुळे तो एकदम खेकसून म्हणाला,

"गपा की रे ए! ऐका जरा चार बातम्या. काय पाप लागायचं न्हाई कानावरनं गेलं तर!"

वाघमोडे जांभई देऊन म्हणाला,

"चार म्हंता म्हंता धाईस झाल्या. काय चव ना चोथा त्यात. ह्यो हिकडं गेला. त्यो तिकडं गेला, या पुढाऱ्यानं सभा केली... बास! एकतरी मर्दा चांगली बातमी वाचायची हुतीस! आपघात, खून, मारामारी... ह्यॅ!"

"हितं पेपरात न्हाई तर मी काय मनानं वाचू?" गणामास्तर रागावला.

बाबू पैलवानाने तेवढ्यात डोके वर केले.

"का? कुस्ती हाय की जोरकस. हजार रुपये इनाम हाय."

"नगं आमाला तसलं."

"नगं तर बस बोंबलत."

"आयला, येडंच हाय हे वाघमोडं."

वेडं म्हटल्याबरोबर शिवा जमदाड्याच्या डोक्यात पुन्हा दिवा लागला. तो घाईघाईने पुढे सरकला. एकदम ओरडून बोलला,

"ए, ती बातमी जाऊ द्या खड्ड्यात. येडं आलंय येडं मर्दानु गावात आपल्या. लई मजेशीर. ऊठसूट रामराम घालतंय. हासून हासून पोट दुखलं माजं."

"आसं?" ज्ञानू वाघमोडे डोळे विस्फारत पुढे सरकत म्हणाला, "कुठलं, कुठलं येडं?"

"हाय, बसलंय पारावर –"

सगळ्यांचीच उत्सुकता वाढली तशी शिवाने तपशीलवार माहिती सांगितली. ती ऐकून सगळे पोट धरधरून हसले. ताबडतोब सगळ्यांनी चहा घेऊन निघायचे आणि तडक पाराकडेच जायचे हा ठराव तातडीने मान्य करण्यात आला. एकटा गणामास्तर मात्र गंभीर मुद्रेने ही सगळी गोष्ट ऐकत होता. तो अजिबात हसला नाही.

उलट त्याच्या कपाळावर एक-दोन आठ्या मात्र पडल्या.

बाबू म्हणाला,

"का रं गणा, उपास हाय का आज तुला?"

"उपास? न्हाई बा!"

"नव्हं, हसला न्हाईस म्हणून इचारतो. चल, लवकर चहाचा बेत कर. म्हंजे पाराकडे सुटू धडाड्...."

गणामास्तर घटकाभर काही बोललाच नाही. नुसता बसून राहिला. विचार करीत, चिंताक्रांत मुद्रेने बसून राहिला. ते बघून सगळीच मंडळी एकमेकांकडे पाहू लागली. कुणालाच काही कळेना. या गणामास्तराला एकाएकी झाले तरी काय?

रामा खराताने सहानुभूतीच्या सुरात विचारले,

"गणा, काय झालं रे? बेंडबिंड दुखतंय का फार?"

गणामास्तर एकाएकी भडकला. त्याचे तोंड लाल झाले.

"बेंड बरं हून महिना झाला."

"मग हरकत न्हाई. मग टकुरं दुखतंय का?"

"न्हाई."

"मग मर्दा तू असा चिताकती का बसलास? येडं बगाय येतुसं न्हवं?"

गणामास्तरने पुन्हा निश्चल मुद्रा केली. गंभीर सुरात तो म्हणाला,

"येडं खुळं म्हटलं की हुरळले लगीच. तुमाला म्हाईत हाये? सद्याच्याला जिकडं-तिकडं शायडी हिंडत आसत्यात."

बाबू पैलवानाला काही अर्थबोध झाला नाही. बावळटपणाने त्याने विचारलं,

"शायडी?"

"हां."

"शायडी म्हंजे?"

"शायडी म्हंजे... सरकारची गुप्त मानसं."

"गुप्त आहेत तर मग दिसत्यात कशी?" खराताला शंका आली.

"हात लेका! आरं गुप्त म्हंजे गुप्तपनानं काम करनारी. समजा, खून झाला कुटं की चालले शायडी तिकडं. कुनी खून केला, कसा केला, कवा केला, कोन कोन गुतल्यालं हाये त्यात... खडान् खडा बातमी काढत्यात हे शायडी लोक."

"ती कशी काय काडत्यात?"

"हे नव्हं का, आसंच येड्याचं, खुळ्याचं, भिकाऱ्याचं स्वांग घेऊन गावात येयाचं. कायबाय लोकास्नी इचारायचं. त्यातनं हानायची गाडी फुडं."

"आगं आई गं!"

गणामास्तरकडून ही नवीन माहिती लोकांना ऐकायला मिळाली. गावात येणारे

येडे खुळे, भिकारी गोसावी हे शायडी असण्याचा संभव आहे, हे बी त्यांच्या डोक्यात पूर्वी कधी पडलं नव्हतं. म्हणजे या मंडळीशी आता जपूनच वागलं पाहिजे. होय, न जाणो, कोणत्या वेळी आपल्या तोंडातून काय बाहेर पडेल त्याचा नेम नाही. तेवढंच धरून ठेवलं त्या शायडीने आणि गुंतवला आपला गळा तर काय घ्या!... बाबू पैलवानाला एकदम आठवलं की, आपण मागे एका गोसाव्याला फुकट भांग पाजली होती आणि चिलमीला गांजाही मिळवून दिला होता. बेकायदेशीर काम अगदी शायडीबरोबरच केलं होतं. रामा खराताच्या ध्यानातही ही गोष्ट आली. नुकतीच गावातल्या दोन पार्ट्यांत लाठ्याकाठ्यांनी हाणाहाणी झाली. ती गोष्ट आपण एका अनोळखी माणसाजवळ बोललो होतो. तो शायडी नसेल कशावरून?....

सगळेजणच विचार करीत थांबले, तेव्हा गणामास्तरला बरं वाटलं. तो म्हणाला,

"घाबरायचं कारण नाही. शायडी आसला म्हणून काय करतोय? शायडी असला तर आपल्या घरचा! आणि मुद्याचं अक्षर बोललं न्हाई म्हंजे झालं."

शिवाजी जमदाड्याची पक्की खात्री होती की, ते येडंच आहे. शायडी कुठला आलाय मातीचा? पण तो काही न बोलता इतका वेळ गप्प राहून ऐकत होता. आपण एवढी महत्त्वाची वार्ता तातडीने आणली असतानाही कुणी भराभर पाय उचलत नाही, याबद्दल त्याला फार आश्चर्य वाटत होतं. एवढी मजेदार, भरपूर करमणूक करणारी गोष्ट वाया जाते की काय, अशी भीती त्याला वाटू लागली होती. कुणी यायला तयार नसेल, तर पळतपळत आपण एकट्यानेच जावे. खूप मजा आणखी घटकाभर बघावी असा विचार त्याच्या डोक्यात पक्का झाला होता. पण गणामास्तरचे व्यवहारी बोलणे ऐकून त्याची कळी खुलली. पसंती दाखविणारी मान डोलवत तो उत्साहाने म्हणाला,

"हां, मी काय सांगतोय मग? जावून गंमत बगायला काय हरकत हाय निक्की? शायडी असला तर असला. आपण तोंडातनं एक अक्षर न्हाई काडलं म्हंजे झालं. कसं?"

वाघमोड्यालाही ही गोष्ट पटली. त्यानंही होकारार्थी मान हलविली. म्हणाला,

"परवा कोमट्याची बाई पळवली ती भानगड अजून मिटल्याही न्हाई. कोमट्याची माणसं अजून वरडत्यात. तुमी उगी माझं नाव घेचाल-बिचाल हं. तसं काय करू नगा. हा –"

बाबू खराताला म्हणाला,

"आन् ती परवाच्या मारामारीची भानगड रं?"

खराताचा चेहरा प्रश्नार्थक होता.

"कंची? म्हंजे मी ठोकाठोकी केली ती?"

"ती नव्हं. लव्हाराच्या आंब्यावरनं झाल्याली! मी न्हाई का लखा लव्हाराच्या

तोंडावर एक गुच्ची ठेवून दिली? मग त्याचं दोन दात पडलं –''

"आरं तिच्या? त्यो दनका तू ठिवून दिलास व्हय?''

"मीच.''

"मग बराबर हाय.''

"ती गोस्ट काडूं नगा हा तिथं. माझ्यावर खटलं हुईल इनाकारनी.''

"न्हाई, न्हाई. आजीबात बोलणार न्हाई. तू बिनघोर र्‍हा.''

गणामास्तरचे डोके पुन्हा एकदा भडकले. तो ओरडून म्हणाला,

"हां, हां! कुणाला सांगू नका म्हणता म्हणता तुमीच वरडा मोठ्यानं. घराच्या माळवदावर हुभं र्‍हावून वरडा. म्हंजे कुणाला समजणार न्हाई. काय मर्दानो अक्कल तुमची?''

गणामास्तरचे हे रागारागाचे शब्द ऐकल्यावर सगळ्यांच्या ध्यानात आले की, जी गोष्ट बोलायला नको होती तीच गोष्ट आपण बोलून बसलो. मोठीच चूक झाली. असो! झाल्या गोष्टीस उपाय नाही. आता यापुढे मात्र कुणी एक अक्षर बोलायचे नाही. चकार शब्द या भानगडीसंबंधी न बोलता त्या वेड्याची गंमत पाहायची. नुसती बघायची.

इतका विचार पक्का झाल्यावर मग मात्र मंडळी तिथं थांबली नाहीत. भराभर बाहेर पडली. चहापाण्याचा कार्यक्रम कुठेही बाहेर उरकता येईल, पण हे वेडं मात्र पुन्हा हाती लागायचं नाही असा विचार करून सगळे भराभरा निघाले. झपाट्याने चालत पाराकडे आले.

तोपर्यंत पारापाशी पोराटोरांची ही गर्दी जमली होती!

कुणी त्या वेड्याला खायला देत होते. कुणी हुर्यो उडवीत होते, तर कुणी एकसारखे "रामराम हो –'' असे म्हणून त्याच्या तोंडाला फेसकूट आणीत होते. जिकडे तिकडे एकच कालवा चालला होता. गडबड, गोंधळ उडालेला होता आणि ती वल्ली ज्याला त्याला उद्देशून "रामराम –'' असे ओरडत होती. मध्येच गाणे म्हणत होती.

आमची ही मंडळी येऊन थोडा वेळ गंमत पाहत उभी राहिली. मग त्यांनी पोराठोरांना आरडून ओरडून बाजूला काढले. कुणाला दम दिला, कुणाच्या पाठीत धपाटा घातला. त्याबरोबर पोरं भराभरा पळाली. बाजूला जाऊन उभी राहिली. तिथनं त्यांचा कालवा सुरू झाला. त्याबरोबर त्या वेड्यानं टाळ्या वाजविल्या. मग या लोकांकडे पाहून त्याने दात विचकले.

"रामराम हो –''

कुणीतरी त्याला उत्तर दिले, "हा रामराम, रामराम.''

त्याबरोबर त्या वेड्याने उभा राहून जागच्या जागीच उड्या मारल्या. मग तो

नाचायला लागला. तोंडाने भसाड्या सुरात म्हणू लागला. वेडेवाकडे हातवारे करीत, तोंडावर चमत्कारिक लाडिक भाव आणून गाणे म्हणू लागला. त्याच्या बेसूर आवाजाने सगळे वातावरण भरून गेले.

बाबू पैलवानाच्या डोक्यात शायडी पक्का घुसून बसला होता. रामा खरातला डोळा घालून तो खासगी सुरात बोलला, "बघितलं का, बघितलं का? कसं भडवं नाचतंय. सोंग तर मोटं फस्कलास आणलंय."

खरात म्हणाला, "जसं काय कुणाला खरंच वाटंल! आरं, तुझ्या बापाचं बारसं जेवलोय आमी. हायेस कुटं तू?"

"हां, कुणी मारामारी केली हाणबिगार कळायचं न्हाई म्हणावं. बस घाशीत."

वाघमोडे मोठ्यांदा ओरडून बोलला,

"ए लेकानु, का बोंबलाय लागलाय? आत्ता हे सांगितलंत. घडीभरानं कोमट्याच्या बाईची ही भानगड सांगून बसलात. आन् माजी हुईल पंचाईत."

शिवा जमदाड्याची पक्की खात्री होती की, हे वेडं आहे. त्यामुळे त्याला या मित्रमंडळींच्या दक्षतेची फारशी गरज वाटत नव्हती. त्यामुळे चेहरा त्रासिक करून तो म्हणाला,

"काय मर्दानु, येड्याला घाबरताय? शायडी म्हणं. ह्यॅ:!"

गणामास्तर रागावून बोलला,

"कशावरनं तू तरी न्हाई म्हणतोस?"

"आन् तुमी तरी कशावरनं हाय म्हणताय?"

"दिसतोयस त्यो शायडीवानी. सांगाय कशाला पायजे? नजर बघ त्येची. म्हंजे पटतंय."

"कसला शायडी न् काय? सरळ चांगला येडा हाये न् आणखी काय असायचंय?"

बाबू पैलवानाला तेवढ्यात एक कल्पना सुचली.

"न्हाईतर गना, असं आसंल –"

"कसं?"

"त्यो येडा आसून शायडीत गेला आसंल."

"हॅट! सरकार काय येडं हाय व्हय असल्याला शायडीत घेयाला?"

"मग शायडीत असून मागनं येडं झालं असंल. कसं?"

"आरं, सोंग आसनार निव्वळ ह्यो. मी सांगतो की."

"शायडीचं सोंग?"

"गाढवच हायेस. शायडीचं नव्हं, येड्याचं सोंग."

याप्रमाणे संभाषण झालं आणि मग वादविवाद चांगलाच रंगला. शिवा जमदाड्याने शपथ घेऊन सांगितलं की, तो वेडाच आहे. उलट गणामास्तरला सारखे वाटत होते

की, ही स्वारी साधी शायडी नसून शायडीतल्या अंमलदारांपैकीच असली पाहिजे. त्याशिवाय वेड्याची इतकी सफाईदार नक्कल त्याला करता येणार नाही. बाबूचे म्हणणे यापेक्षा वेगळेच होते. तो शायडीतला असून वेडाही असावा असा त्याचा बराच वेळ केलेल्या निरीक्षणाने ग्रह झाला होता. त्यामुळे हा वाद काही लवकर मिटेना. जो तो मोठमोठ्यांदा ओरडून आपलं म्हणणं सांगू लागला. तसं सगळ्यांचंच तिकडे लक्ष गेलं. त्या वेड्याचेही तिकडे लक्ष गेले. तो त्यांच्याकडे बघून मोठमोठ्यांदा हसला. म्हणाला,

"ॲहॅऽ ॲहॅ! रामराम हो!"

बाबू मनात हरखला. शायडी इतका फाजील असेल असे त्याला वाटले नव्हते. आता त्याने मुद्दाम हा चावटपणा केला असावा ही त्याची खात्री पटली. मग तो मोठ्यांदा म्हणाला,

"हातच्या काकनाला आरसा कशाला पायजे? आत्ता हुडकून काढतो मी खरं काय ते."

एकदम बाबूच्या डोक्यात कसली युक्ती आली या विचाराने सगळेजण एकमेकांकडे बघू लागले. तेवढ्यात बाबू पुढे गेलाही. तरातरा पुढे जाऊन त्याने त्या वेड्याची मान पकडली. डोळे वटारून त्याने जोरात दम भरला.

"खरं सांग. शायडी हायेस का न्हाई तू? न्हाई तर म्हण म्हंजे टाळकंच सडकतो तुजं. हायेस कुटं तू?"

बाबूने असा प्रश्न विचारल्यावर तो वेडा एकदम हसू लागला. त्याने जोरजोरात टाळ्या पिटल्या. पुन्हा उड्या मारायचा प्रयत्न केला.

"तुला काय वाटलं, लव्हाराला गुच्ची ठिवून दिली आन् दात पाडलं त्येचं, तवा मी भीन व्हय? आरं जा, आसले शायडी जुमानीत नसतो मी."

असे म्हणून बाबूने त्याच्या एक थोबाडीत ठेवून दिली. तेव्हा तो फाटका माणूस एकदम किंचाळला आणि बाबूच्या मगरमिठीतून सुटका करून घ्यायची केविलवाणी धडपड करू लागला. तेव्हा बाबू त्याच्या कानाशी लागून म्हणाला, "मुकाट्याने कबूल कर शायडी हायेस म्हणून. न्हाईतर लई मार खाशील बघ तू. काय?"– आणि वेड्याने पुन्हा सुटायची धडपड केली तेव्हा त्याने आणखी एक मुस्काडीत लगावली. बाबूचे ते धाडस पाहिल्यावर रामा खराताला राहवले नाही. लिंबाचा फाटा तोडून त्याने भराभर एक झकास काठी तयार केली आणि त्या वेड्याच्या अंगावर सपासप लगवायला सुरुवात केली. त्याबरोबर ते वेडे जास्तीच पिसाळले. थयाथया नाचत ओरडू लागले.

शिवा जमदाडे कळवळून म्हणाला,

"आरं, का मारताय त्या गरिबाला? द्या सोडून. आपल्या मरणानं मरतंय ते आन्

पुन्हा तुमचा कार का?''

वाघमोडे बाह्या सरसावून म्हणाला,

''शाणाच हायेस! आता मागं फिरून कसं चालेल? आता तुडिवलाच पायजे समद्यानी, तर त्ये पळून जाईल. हाणबिगार नाव न्हाई घेयाचा गावाचं. न्हाईतर सरकारकडं रिपोट करील ना ही जात –''

एवढे बोलून तोही पुढे धावला आणि त्यानेही हाताने यथेच्छ प्रसाद दिला. दणादण त्याच्या टाळक्यावर थपडा मारल्या. गणामास्तर घाबरून जागच्या जागीच उभा राहिला. शायडीला चोपून काढणे हा फार मोठा गुन्हा आहे, हे तो ओरडून सांगू लागला. पण त्या गोंधळात त्याचे कुणीच ऐकून घेतले नाही. शिवाय थोरामोठ्यांनी हा प्रकार सुरू केल्यावर पोरासोरांनाही चेव चढला. त्यांनीही आपला हात धुवून घेतला. कुणी खिळा टोचला तर कुणी पेटती उदबत्ती आणून तिचे मांडीला चटके दिले. बुक्क्या, थपडा तर अनेक बसल्या. खूप दंगा झाला.

तो वेडा मोठमोठ्यांदा ओरडून ओरडून दमला. एकसारखा कण्हूकुथू लागला. त्याच्या डोळ्यांतून पाणी वाहू लागलं. तिथून निसटण्याचा प्रयत्न करीत तो केविलवाणे रडू लागला.

बाबू एकसारखा त्याच्या पाठीत दणका घालीत म्हणाला,

''म्हण व्हय. म्हंजे आत्ता सोडतो. हायेस का न्हाईस शायडी तू? बोल, म्हण व्हय.''

त्या वेड्याला काय वाटले कोण जाणे. अगदी शहाण्यासारखा तो एकच शब्द पुन्हा पुन्हा म्हणाला,

''व्हय, व्हय...''

त्याबरोबर बाबूने मिठी सोडली. पुन्हा एक शेवटची थप्पड दिली.

''चल निघ इथनं. सूट. पुन्हा गावात आलास तर बग. तंगडंच मोडतो –''

पण बाबूचे हे शब्द ऐकायला तो माणूस थांबलाच नाही. सुटका झाल्याबरोबर तो तिथनं पळत सुटला. दोन मिनिटांत दिसेनासा झाला. पोरे ओरडत ओरडत त्याच्या मागे गेली. एकच धुराळा उडाला.

शिवा रागारागाने हातवारे करीत बाबूला म्हणाला,

''काय लेकानू, गरिबाला ठोकलंत. ह्यॅ:! सगळी गंमत घालिवलीस. दोन दिवस ऱ्हायलं आसतं तर किती मज्जा वाटली असती.''

– आणि तोही पोरासोरांच्या मागोमाग त्या वेड्याच्या दिशेनं गेला.

भट्टी आधीच तापलेली. त्यातून शिवाने निर्भत्सना केल्यामुळे बाबू चिडला. खराताकडे वळून तो म्हणाला,

''आयला, शिवा काय खुळं हाय का रं? आसं का बोललं?''

खरात बोलला,

"त्याला काय कळतंय? निव्वळ भरमिट टाळक्याचा हाये त्यो."

पण तेवढ्यात बाबूच्या डोक्यात तिसरीच शंका आली. त्याने डोळे विस्फारले. चेहरा चिंताक्रांत केला.

"आसं तर नसंल?"

"कसं?"

"त्या शायडीला तो शिवा जमदाड्या सामील आसंल आतनं. नक्की! त्योबी शायडी झाला आसंल. त्याबिगर आसं गुळमाट बोलायचा न्हाई त्यो. थांब, त्येलाबी हिसका दावतो –"

असे म्हणून त्या गर्दीच्या मागे बाबू पैलवानही जोराने पळत सुटला आणि मग आता काय नवी गंमत पाहायला मिळते, या उत्सुकतेने राहिलेले लोकही पाठोपाठ धावत निघाले.

□

पठाण

किल्ल्याभोवती जाडजूड खंदक होता. तो ओलांडून विश्वंभरने घोड्यासह सफाईदारपणे उडी घेतली. तेव्हा दारावरच्या पहारेकऱ्यांनी भयचकित होऊन तोंडात बोटं घातली. त्यांनी पुढं केलेला भाला त्यानं अशा कसबानं मागे उलटून दिला की, सगळे बथ्थड पहारेकरी धबेलदिशी खंदकात पडले. मग विशाने वाघासारखी गर्जना केली आणि तटावर उभ्या असलेल्या खलनायकास द्वंद्वाचे आव्हान देत तो म्हणाला –

"माझ्या प्राणप्रियेला पळविणाऱ्या बेवकूफ माणसा, तुझ्या नरडीचा आत्ताच घोट घेतो पाहा. चल ये खाली. नामर्दासारखा उभा का राहिला आहेस?"

तटावर उभ्या राहिलेल्या त्या खलपुरुषाचा वर्ण रामोशासारखा काळा होता. नाक प्रचंड होतं आणि चेहरा निबरढोक होता. हनुवटीच्या टोकाशी त्याने बोटभर दाढी राखली होती. त्याचा एक हात तलवारीवर होता आणि दुसऱ्या हाताने त्याने कमळीला घट्ट धरून ठेवली होती. कमळीचा चेहरा रडकुंडीला आलेला दिसत होता. त्याच्या हातून सुटण्याची तिची सारखी धडपड चालली होती.

"आता येतोस खाली की येऊ वर? –" विशा म्हणाला.

त्याच्या धमकीनं खलपुरुष घाबरल्यासारखा दिसला. तो मुकाट्यानं खाली आला आणि अत्यंत हळू आवाजात त्यानं विचारलं, "तू कोण?"

"मी?– तुझा बाप – काका – आजा काय म्हणणं आहे?" विशानं नाक फुगविलं.

"अस्सं काय?" तो दात चावीत व ओठ कुरतडीत म्हणाला, "तर मग हो युद्धास सिद्ध."

झाले, दोन तलवारी सरकन म्यानातून निघाल्या आणि आवेगानं एकमेकांना भेटल्या. हाताची मूठ दुसऱ्या मुठीवर घासली. चार डोळ्यांनी एकमेकांवर आगीचा वर्षाव केला. खणखण आवाज सुरू झाला. तेवढ्या जागेत मावण्याजोग्या जेवढ्या दिशा होत्या त्या पार धुळीनं भरून गेल्या. तोंडाला तोंड दिसेना. एकच हाणामारी

झाली आणि विशानं अवचित त्याचं शिर तोडलं. स्वयंपाकघरात बसून विळीनं कांदा चिरावा तसं. तितक्या सहजपणानं!

कमळी आश्चर्यानं थक्क होऊन बघत राहिली. स्वप्नातही येणार नाही असा प्रकार घडला होता. आपल्याला पळवून आणणाऱ्या त्या दुष्टाचं शरीर धुळीत लोळत होतं आणि शिर घरंगळत खंदकात गेलं होतं आणि विशा? मारलेल्या वाघाशेजारी हातात बंदूक घेऊन संस्थानिक उभा राहावा तसा विजयी आणि मूर्ख चेहरा करून तो प्रेताजवळ उभा होता. मेलेल्या मुडद्याच्या अंगावर ठायी ठायी व्रण होते, रक्त सांडत होतं, पण विशाच्या अंगावर काहीच उठलं नव्हतं. देवाशपथ नव्हतं. आश्चर्याची गोष्ट होती, पण खरी होती. त्याचा भांगदेखील विस्कटलेला नव्हता. खरोखर अद्भुत!... कमळीला विशाचे सगळे गुण माहीत होते. पण हा देवदुर्लभ पराक्रम तिनं कधी पाहिला नव्हता, ऐकला नव्हता.

त्याच्या खांद्यावर मान टाकून ती गदगदलेल्या आवाजात म्हणाली, ''विशू, किती रे तू पराक्रमी! तू किनई फार फार म्हणजे फारच शूर आहेस गडे.''

विशा छद्मी हसला. असा आणि महत्त्वपूर्ण प्रसंग घडला म्हणजे त्याला असंच हसू येई. काय तरी वेडे लोक! एवढंसं आपण केलं. मग नाक साफ करून तो म्हणाला, ''आज मनगट पिचकलं सकाळी, म्हणून नीट खेळता आलं नाही. त्यातून हातावर घड्याळ होतं. त्यासाठी जपून खेळावं लागलं. नाहीतर त्याचं शरीर चेंडूसारखं वर उडवून दिलं असतं....''

''पण या खंदकातून तू अलीकडं आलास तरी कसा?''

''हा असा!'' असं म्हणून विशानं आपल्या दोन्ही तंगड्या जुळविल्या आणि माचाडावरून विहिरीत सूर मारावा तसा खंदकात सूर मारला. तो शूर होता. त्याला कशाचं भय होतं? अगदी सफाईनं तो खाली चालला. वरून कमळीची हृदयाला भेदून जाणारी किंकाळी ऐकू आली. त्या किंकाळीनं तो चमकला. खंदकाचा एक काळाकभिन्न सुळका बाहेर आला होता. त्याच्यावर त्याची मुंडी जोरानं आदळली आणि साफ मोडून गेली. सगळे काळेकुट्ट झाले. वेदनांचे लोळच्या लोळ उठले. रक्ताचा पाऊस वाहिला.

— आणि विशा दचकून जागा झाला.

त्याचं सर्वांग घामानं न्हाऊन निघालं होतं. थरथर कापत होतं. मघाच्या भयंकर स्वप्नानं त्याची बोबडी वळली. पलंगाच्या दांडीला टाळकं आपटून चांगलं टेंगूळ आलं होतं. ते ठसकत होतं... हळूहळू लक्षात येऊ लागलं. कमळी... किल्ला... तो दुष्ट आणि ती प्रचंड मारामारी... ''अगं आई गं...'' विशानं पुन्हा डोळे मिटून घेतले. कमळीला सोडविण्यासाठी आपण मारामारी केली या विचाराने त्याला भयंकर शरम वाटली. अंगाचा पुन्हा थरकाप झाला. मारामारी म्हणजे झालं काय?

छट्! भलतंच काहीतरी. स्वप्नात झालं म्हणून काय झालं, एका माणसाचा आपण चक्क मुडदा पाडला होता. जन्मात जी गोष्ट झाली नव्हती, ती आज करून बसलो. भयंकर... भयंकर....

आणि कमळी?... ओ हो! कमळीच्या विचारानं त्याला थोडंसं हायसं वाटलं. काय त्या शब्दात जादू होती! तोंडावरून पावडरचं गुळगुळीत फूल फिरविल्यासारखं वाटलं. छातीत कुणीतरी तारांची गोड छेडछाड केली.

विशानं अंगावर पांघरुणाचा ढीग रचला आणि तोंड आत मुसकटून घेतलं. तीन-चार दिवसांपूर्वी तो कमळीला घेऊन असाच फिरायला गेला होता. बरेच दिवस त्याच्या पोटात जे डुचमळत होतं, ते त्यानं विचारलं होतं आणि कमळीनं थंडपणानं नकार दिला होता. तिचं उत्तर ऐकल्यावर त्याने संशयाने तिच्याकडे पाहिलं. संध्याकाळ छान पडली होती. पिवळं पिवळं ऊन तिच्या तोंडावर खेळत होतं. आजूबाजूला आवाज नव्हता. अशा वेळी तिचं तसलं उत्तर त्याने ऐकलं. त्याला एकदम उचकी लागली.

''कमळे, माझ्या कपड्यांकडे तरी बघ.'' तो रडकुंडीला येऊन म्हणाला, ''तू होय म्हणणार अशी खातरजमा धरून मी ऐटबाज नवे कपडे घालून आलो. अजून त्याची शिलाईदेखील दिली नाही.''

''मी देईन ते पैसे!'' कमळी निर्विकारपणानं म्हणाली.

''अगं पण माझ्यात काय कमी आहे, ते तर सांगशील की नाही? मी हेकणा आहे, का डुचका आहे? तिरळा आहे का काणा? तुझ्या आवडत्या राजकपूरसारखा मी दिसतो. त्याच्यासारख्या बारीक मिशादेखील मी हौसेनं ठेवल्या!''

''नुसत्या मिशा आहेत. त्याच्यासारखा पराक्रम कुठं आहे अंगी? सिंहासारखा ओरडत असतोस नुसता. पण काळीज उंदराचं आहे तुझं.''

कमळीच्या डोळ्यांत मग निराळंच पाणी तरारलं. समोर बघून ती काहीतरी विचार करण्यात गढून गेली. तलवारीचं द्वंद्व, ठोसाठोसी, झुंबराला धरून घेतलेले झोके, भरधाव घोडा, पिस्तुलांचा आवाज आणि रक्ताची चिळकांडी. राजवाड्याच्या सातव्या मजल्यावरून उडी. शौर्याचं मूर्तिमंत रूप... असं काहीसं तिला आठवलं आणि पुन्हा तिच्या डोळ्यांत चमक आली. नाक फुगलं. कानाच्या पाळ्या गुलालासारख्या लाल झाल्या.

''मुलखाचा भित्रा आहेस तू! असला नवरा काय कामाचा? विशा, दिवस कसले वाईट आले आहेत. वेळ काय भयंकर आहे.''

''बरं मग त्याचा आपल्या लग्नाशी काय संबंध?'' विशानं पृच्छा केली.

''नाही कसा? आहे तर! मला कोणी पळवून नेलं तर सोडवून आणण्याइतका तो खंबीर पाहिजे, पळवून नेणाराचं त्यानं नाक फोडलं पाहिजे. चार ठोसे लगावता

आले पाहिजेत. मुंगळा दिसला की, तुझी दमछाक होते.''

''कोण म्हणतं?''

''मी म्हणते!''

''तू मूर्ख आहेस. तुझा चेहरा कैदाशिणीसारखा आहे!'' विशा जोरानं ओरडून म्हणाला.

''आणि तुझा शिळ्या मोसंब्यासारखा आहे.'' कमळा त्याच पट्टीत बोलली.

मग असाच आरडाओरडा बराच वेळ झाला. दोघांनी एकमेकांवर भडिमार केला. विशानं हुंदके दिले आणि गट्टी फू करून तो ताडताड पाय उडवीत घरी आला. संताप आल्यामुळे त्याचं डोकं सरळ झालं होतं.

– घडलं होतं ते असं!

– आणि आता स्वप्न पडलं होतं ते असं!

भीतीनं विशा पुन्हा घामाझोकल झाला. कुणाच्या अंगावर हात टाकण्याची कल्पनाच त्याला सहन होत नव्हती. लहानपणापासूनच तसं होतं. पुरुषांपेक्षा बायकांच्या जगातच तो लाडेलाडे वावरला होता. वाढत्या वयानं त्याला पुरुषी छटेलपणा आला होता, बेपर्वाईही दिली होती. पण आडदांडपणा, धसमुसळेपणा तेवढा नव्हता. ते राहूनच गेलं होतं. पण त्यामुळे आता केवढा घोटाळा झाला होता! त्याच्यावर प्रेम करणाऱ्या पोरीनं त्याच्या पुरुषीपणाची थट्टा केली होती. भित्रा म्हणून हिणवलं होतं. काय गंमत आहे जगाची! स्त्रीजातीच्या गुणांविषयी त्याचं शेक्सपिअरशी एकदम एकमत झालं.

दिवा लावून पुन्हा खोली पाहिली. कोणी आत नव्हतं. मग दाराला आतून कुलूप लावून तो झोपला. अंगावर पांघरुणाचा डोंगर घेऊन तो पडला. मघाच्या स्वप्नातल्या मारामारीनं त्याचं सगळं अंग कचकचत होतं. छातीत गोळा आला होता. डोळ्यावर कुणीतरी तांबडे, हिरवे, काळे पडदे भराभर सोडले. झीट आल्यासारखी वाटली. मग तो निपचित पडला.

सकाळ झाली. सूर्याची कोवळी किरणं आत आली. सारी खोली प्रकाशानं भरून गेली. हळूहळू ऊन तापू लागलं. किरणाचे भाले झाले, अंगाला बोचू लागले, तरी विशा झोपला होता. उन्हानं अंगावरची पांघरुणं तापली, उकडू लागलं, तसा तो जागा झाला. बाहेर दरवाजाला कुणीतरी टकरा देत होतं आणि त्याच्या नावानं टाहो फोडत होतं. दोन्ही कानांत बोटं घालून त्यानं तो आवाज बंद करण्याचा प्रयत्न केला. पण काम भागेना. अखेर पांघरुणांचा डोंगर लाथेनं झुगारून देऊन त्यानं हवेत तंगड्या उडविल्या. एक आळसट जांभई दिली आणि दाराकडे जाऊन कुलूप काढलं. कडी काढली. मग दार उघडीत त्यानं विचारलं,

''कोण आहे?''

दारात एक भला जाडजूड इसम हातात बॅग-वळकटी घेऊन उभा होता. त्याचा रंग काळसर होता आणि मिशाला चाई लागलेली होती. चेहरा बोलका आणि अंगावर उंची कपडे. विशाला पाहिल्यावर त्यानं आपला जबडा उघडला आणि दात विचकून तो आत शिरला. विशानं क्षणभर कुतूहलानं तोंड विस्फारलं. झोपेनं अर्धवट उघडे राहिलेले डोळे त्यानं गपकन मिटले. मग पुन्हा उघडून त्यानं नीट निरखून पाहिलं. हा तर त्याचा दोस्त 'भाल्या' होता!

"कोण भाल्या?" तो ओरडला.

भालचंद्राने एव्हाना आपल्या सामानाची व्यवस्था लावली होती. अंगावरचे कपडे काढले होते आणि हुशहुश करीत तो विशाच्या पलंगावर पसरला होता.

"विशा लेका!" तो रागावून म्हणाला, "चांगला अर्धा तास झाला. मी दार ठोठावतो आहे आणि तुझ्या नावानं कोकलतो आहे. पण तू उठशील तर शपथ! दहा दहा वाजेपर्यंत झोप? कमाल झाली बुवा. बोल, कुठं हिंडत होतास रात्री?"

विश्वंभर आरशात पाहून आपलं टेंगूळ चाचपत होता. मनाशी कसला तरी विचार करीत होता. भालचंद्राचे शेवटचे शब्द ऐकताच तो एकदम दचकला. तंद्रीतच तो म्हणाला,

"किल्ल्यावर गेलो होतो."

भाल्यानं संशयानं त्याच्याकडे पाहिलं आणि म्हटलं,

"किल्ल्यावर कशाला?"

अजून विशाची झोप नीट उडाली नव्हती. दृष्टी तशीच शून्यात ठेवून तो पुढे बोलला, "मारामारी करायला. त्या साल्यानं कमळीला पळवून नेलं होतं. त्याचा मुडदा पाडला. कमळीला सोडवलं. माझा विजय झाला. मला फक्त टेंगूळ आलं."

भालचंद्र ताडकन उठून उभा राहिला. त्याचं बोलणं त्याला समजेना. तोंड उघडं ठेवून तो विशाच्या तोंडाकडे बघू लागला.

"टेंगूळ कसलं? आणि ही कमळी कोण?"

विशा एकदम भानावर आला. गरागरा फिरणारा मेंदू एकदम थांबला. डोळ्यांना स्पष्ट दिसू लागलं. आपण काहीतरी भलतंच बोलून गेलो असं त्याला वाटलं. आता हा भाल्या आपल्याला छेडल्याशिवाय राहणार नाही या विचारानं तो एकदम गोंधळला, घाबरला.

"कुठं काय? काही नाही. सहज झोपलो होतो. आपलं स्वप्न पडलं उगीच. ही: ही:!" निष्फळ हसण्याचा प्रयत्न करीत तो म्हणाला. मग 'भुर्रर्र' अशा अर्थाचे त्याने हातवारे केले आणि तोंड चुकविलं.

"काय चहा घेणार ना?"

"चहा गेला खड्ड्यात. विशा ही काय भानगड आहे? सहा महिने झाले, गाठभेट

नाही. तेवढ्या अवधीत तू बऱ्याच भानगडी केलेल्या दिसताहेत. बोल, काय प्रकार आहे? अरे, आपली इतक्या वर्षांची दोस्ती आणि तू एवढीशी गोष्ट सांगू नये म्हणजे काय?'' भाल्याचा कंठ दाटून आला.

ते पाहून विश्वंभरचा गळाही दाटून आला. भाल्याला आता सगळं सांगितलंच पाहिजे. त्याच्यावाचून दुसरं कोण आहे आपल्याला या असहाय जगात? जे होईल असं वाटलं होतं त्याच्याबाबत निराशा पदरी आली होती. पण ते सांगायचं कसं? ते सांगण्यासारखं होतं आणि नव्हतंही. आपण प्रेमात पडलो आहोत ही गोष्ट कुठं मित्रांना एकदम सांगण्यासारखी असते काय? समजा आपण सांगितलं आणि त्यानं आपली निर्भर्त्सना केली म्हणजे? आपण एक सामान्य आहोत असं त्याला वाटलं म्हणजे?

या आरोपाला तो एकदम घाबरला. शरमेनं त्याचा चेहरा लालेलाल झाला. आपली दातखिळी बसणार असं त्याला वाटलं.

मग अपराधी चेहरा करून त्यानं एकंदर हकीकत हळू आवाजात सांगितली. तिचा मथितार्थ असा होता की, शेजारच्याच गल्लीमध्ये राहणाऱ्या एका कमळी नावाच्या मुलीवर त्याचा जीव जडला होता. ती डॉक्टरची मुलगी होती आणि घरची लाडकी होती. दोघांचंही कॉलेज एकच होतं. गॅदरिंगचं नाटक झालं होतं तेव्हा तिच्या सोबतीनं तो घरापर्यंत आला होता. मग ओळख वाढली होती. मधल्या सगळ्या पायऱ्या ओलांडून तो फार भराभरा पुढं गेला होता. बरोबरीनं फिरणंही झालं होतं. एकत्र सिनेमा पाहिला होता. असल्या भानगडीत ज्या काही चार दिरंगाईच्या, पण उपचाराच्या गोष्टी कराव्या लागतात त्या सगळ्या होऊन चुकल्या होत्या. ती त्याला आवडत होती आणि आपणही तिला आवडतो अशी त्याला खात्री होती. पण थोडक्यात विचका उडाला होता....

दयार्द्र चेहरा करून भाल्या विश्वंभरचं बोलणं ऐकत होता. प्रेमात पडलेल्या माणसाविषयी त्याच्या सग्यांना यथांग सहानुभूती वाटत असते. ती त्याच्या मुखमंडलावर पसरली होती. चेहरा पाडून तो म्हणाला, ''मग बिघडलं कुठं?''

विश्वंभरनं अखेरच्या टेकडीवरचा हेलावून सोडणारा प्रसंग सांगितला. तिचं मत सांगितलं. आपला अभिप्राय निवेदन केला.

''फार छंदिष्ट आहे ती.'' उजव्या बाहीनं नाक पुसून तो पुढे म्हणाला, ''रहस्यमय पुस्तकं वाचण्याचं तिला वेड आहे. चार आणे माला काय, आठ आणे माला काय, विचारू नकोस. स्टंट सिनेमा एक सोडत नाही. राजकपूर तिचा अगदी आवडता नट आहे –''

''बरं मग?''

''मग म्हणून काय विचारतोस? तसा पराक्रम कर म्हणाली. कुणाला तरी चार

ठोसे लगाव. कुणाला तरी दरीखाली फेक –''

''तू काय केलंस?''

''मी फक्त त्याच्यासारख्या मिशा ठेवल्या.'' विशा गयावया करून म्हणाला, ''मी कधी कुणाशी मारामारी करणं शक्य आहे का? तूच सांग. हा आता पेचप्रसंग कसा सोडवू? भाल्या, तूच सोडव मला.''

''हंऽऽऽ!'' भालचंद्र थंडपणानं बोलला, ''उगीच गुरासारखं ओरडू नकोस. बरं, एवढा जीव टाकतोस तिच्यासाठी तर ती आहे तरी कशी?''

तो आवडता प्रश्न ऐकल्यावर विशा एकदम लाडात आला. छाती कुणीतरी कुरतडली. प्रज्ञा अवचित उसळून वर आली.

''तिचं नाक चाफे....''

''खामोश! थोडक्यात सांग!'' भाल्या संतापून म्हणाला.

''सुंदर आहे –'' तो नरमाईनं म्हणाला. चंद्र, कमळ, केलीदल, नक्षत्र, तारे, हरणे, हत्ती इत्यादी शब्दांचा ओठापर्यंत धावत आलेला आगंतुक तांडा त्यानं मोठ्या मुश्किलीनं आवरला.

भालचंद्र थोडा विचारात पडला. कल्पनेपेक्षा वेगळी गोष्ट ऐकली म्हणजे माणसाचा चेहरा जसा होतो, तसा त्याचा झाला. त्यानं टाळूवरून अलगद हात फिरविला. तोंडावरचा घाम निपटून काढला. चेहरा मख्ख केला. ''मग तुला धाडस केलं पाहिजे विशा!'' तो म्हणाला.

''भलतंच बोलू नकोस.'' विशा भयभीत होऊन बोलला, ''ते जमायचं नाही. तू काहीतरी दुसरं सांग.''

''खरी म्हणत नाही मी. खोटीखोटी मारामारी कर तू.''

''म्हणजे!'' त्यानं आश्चर्यानं तोंड पसरलं.

भाल्यानं पुन्हा टाळू खाजवली. डोळे मेंदूच्या दिशेने नेले. मुत्सद्यासारखा चेहरा करून तो हळू आवाजात सांगू लागला,

''ऐक! मला एक युक्ती सुचली आहे. कमळीला घेऊन आज फिरायला जा. चांगला अंधार होईपर्यंत बैस. मी पठाणाचा वेष करून येतो. सुरा दाखवून तुझ्याकडे पैशाची मागणी करतो. कमळीचा हातही धरतो –''

''छट्, ते नाही चालायचं.'' विश्वंभरनं तक्रारीवजा आवाज काढला, ''तू नुसता सुरा दाखव. हातबीत धरू नकोस तिचा. सांगून ठेवतो.''

''बरं राहिलं. मी नुसता सुरा दाखवेन. मग तू काय करशील?''

''काय करू?''

''अरे गाढवा, मला ठोसा मार. काय करू म्हणून काय विचारतो आहेस? मग मी एक तुला लगावीन.''

"हळूच मारशील ना?"

"अर्थात! मग तू मला पुन्हा मार. मी परत लगावीन. अशी मारामारी होऊ दे! मग मी पळून जाईन. अन् मग... आलं लक्षात?"

भालचंद्राची ती अक्कलहुशारी पाहून विशाचं काळीज बेडकासारखं टुणकन् उडालं. भाल्याच्या बुद्धिमत्तेची त्यानं मनातल्या मनात तारीफ केली. त्याच्याविषयी त्याला एकदम आदर वाटला. आपल्या गळ्यात कंठा असता, तर या वेळी मी त्याला देऊन टाकला असता असं त्याला वाटलं. आणखी त्याला खूप खूप वाटलं. पण त्याच्याजवळ काहीच नव्हतं. त्यामुळे तो गप्प बसला. पुढं केव्हातरी याचं 'प्रिय' करायचं त्यानं ठरवून टाकलं.

पुन्हा शंका आली. चेहरा वेडाविद्रा झाला.

"पण नीट जमवशील भाल्या? नाहीतर कर माझी फजिती तिच्यासमोर."

त्या दिवशी दुपारी संध्याकाळची वाट पाहता पाहता विश्वंभरचे डोळे दुखून आले. ज्या संकटानं त्याचं डोकं पिकवलं होतं, ते आता हलकेच दूर होणार होतं. मग पुढचा मार्ग कसा अगदी गुळगुळीत होता. जे मिळण्यासारखं नव्हतं ते त्याच्या हाताच्या टप्प्यात आलं होतं. आता फक्त एकच पाऊल पुढे टाकायचा अवकाश होता. त्या रानदांडग्या पठाणाला एकच अशी ठेवून द्यायची होती की, सगळं संपणार होतं. फक्त एकच ठोसा... मग कमळी त्याचा गळा कुरवाळणार होती. लाडंलाडं बोलणार होती आणि 'मी तुझीच आहे' असं वचन आकाशात त्या वेळी जे काही दिसेल त्याच्या साक्षीनं देणार होती.

गालाची आगआग होईपर्यंत त्यानं दाढी खरडून काढली. केसाला झोकदार तेल चोपडलं. परवाचेच नवे कपडे घातले आणि चार-दोन झुलपं कपाळावर आडवी पसरून तो बाहेर पडला.

कमळीला घेऊन विश्वंभर टेकडीवर आला तेव्हाच अंधार पडला होता. फिरायला आलेले लोक परत चालले होते. ते पाहून त्याला एकदम बरं वाटलं. कमळीला त्याने आज काय शिताफीनं आणलं होतं! केवढी दगदग! फिरायला जाण्याचा विचार काढताच तिनं पहिल्यांदा साफ नकार दिला होता. मग विशानं आपली अक्कल चालविली. थोडी थापाथापी केली. राजकपूरचा नवा चित्रपट कुठंतरी आजच लागल्याचं गळ्यावर हात ठेवून सांगितलं, तेव्हा ती घराबाहेर आली. मग कुठल्यातरी थिएटरापाशी थांबून त्यानं ओशाळा चेहरा केला. बघण्यात काहीतरी वेंधळेपणा झाला असं प्रामाणिकपणानं मान खाली घालून तिला सांगितलं आणि 'आता तरी फिरायला येणार का?' असा प्रश्न मोठ्या नम्रतेनं केला. कमळी चडफडली, संतापली, "हे तुझं नेहमीचंच आहे विशा!" असं म्हणाली. पण अखेर त्याच्याबरोबर

आली.

कमळी म्हणत होती, "विश्वंभर, तू भारीच चेंगट आहेस. कशाला आणलंस मला इथं? चल आता उशीर झाला. माणूस-काणूससुद्धा जवळ दिसेना."

विशाला पुन्हा संकट पडलं. मनातल्या मनात त्यानं भाल्याला ताम्हणातल्या पाण्यात घातलं. त्याचा धावा केला. तो येईपर्यंत कुणीकडून तरी वेळ काढणं त्याला क्रमप्राप्त होतं. मग तो तिच्या फुगीर नाकाकडे बघत राहिला. तिचं नाक फुगलं म्हणजे त्याला गंमत वाटे. तिच्या गुंडगुळ्या चेहऱ्याला ते फार शोभून दिसतं, त्याचं असं आतल्या आत मत होतं.

तिच्याकडे बघून त्यानं मनाशीच एक गाण्याची तान घेतली.

"काय म्हणतो आहेस?" तिनं कमालीच्या संशयानं विचारलं.

"विक्रमशीला नाटक माहीत आहे तुला? त्यात एक गाणं आहे विक्रमाचं 'अबलेचा काय पाड, सहज जिंकतो' – ते म्हणतो आहे मी." विशा म्हणाला. मग त्यानं पुन्हा एक भसाडी तान ठोकली. "हं काय म्हणत होतीस?"

"म्हणायचं काय? उठ. बसू नकोस शुंभासारखा. उशीर झाला. मला भीती वाटते."

"ह्यॅ! भीती वाटायला काय झालं? मी आहे ना!" त्यानं आश्वासन दिलं.

"म्हणून तर भीती वाटते आहे. समजलास?" कमळी चिडून म्हणाली.

विशानं करकचून दातओठ खाल्ले. त्यानं आपलंही नाक फुगवून बघितलं. त्याला तिचा भयंकर संताप आला. पण तो गप्प बसला. तिचा नक्षा उतरविण्याची कळ काढायलाच पाहिजे होती. भाल्याचा अजून ठिकाणा नव्हता आणि त्यानं सांगितलेली वेळ तर झाली होती.

तिच्या बोलण्याकडे दुर्लक्ष करून तो जमिनीवर पसरला. डोळे वर नेऊन बोटं दाखविली. "ते बघितलंस?" तो म्हणाला, "अहाहा! काय ताऱ्यांची गंमत तरी. पडतात काय, मध्येच गडप होतात काय! आणि पुन्हा त्यांची संख्या कायम ती कायम! अजब आहे बुवा!"

"काहीतरी मूर्खासारखं बडबडू नकोस."

"हे मूर्खासारखं आहे वाटतं?"

"मग काय आहे?"

"खोटं वाटतं तुला? मग मोज हे तारे. सांग संख्या कमी आहे का त्यांची. एवढ्या गोष्टीसाठी वाद कशाला?"

कमळी थक्क होऊन त्याच्याकडे बघत होती. असली वटवट त्याने का चालवली आहे हे तिला समजेना. पण विश्वंभरानं तिच्या वाटण्यासवरण्याकडे मुळीच लक्ष दिलं नाही. ताऱ्यावरून त्याची दृष्टी हलत नव्हती.

"मला कधीकधी आश्चर्य वाटतं कमळे," त्यानं आपलं बोलणं पुढे चालू केलं. "एखाद्या वेळी धूमकेतूची शेपटी गळून पडली तर काय अनर्थ होईल? समजा, मंगळानं चंद्राला ढुशी दिली तर? मंगळाचं सामर्थ्य प्रचंड आहे. त्याच्या लहानपणावर जाऊ नकोस तू. चंद्राचा भुगा होईल भुगा! समजलीस? मग काय प्रलय माजेल! उत्पातकाळ जवळ येईल. अजून कोणाच्या हे लक्षात कसं आलं नाही? आश्चर्य आहे."

"उद्या प्रसिद्ध कर तुझा हा शोध. ही मी चालले एकटी!" असं म्हणत कमळी रागारागानं उठली आणि तिनं पायात चपला अडकवल्या.

"अगं, पण थांबशील की नाही जरा?"

विशा धडपडत उठून उभा राहिला. कपड्याला लागलेली माती हाताच्या टिचकीनं उडवून लावली. आता त्याला भाल्याचाही भयंकर राग आला होता. त्याच्या उशिरा येण्यावर तो चडफडत होता आणि मनात शिव्या देत होता. भाल्या यावेळी समोर उभा असता तर त्याच्या नाकाडावर एक जबरदस्त गुद्दा लगावला असता... काय सुंदर घाट जमून आला होता. रात्र अंधारी होती आणि ते एकटेच होते. आजूबाजूला अगदी गुडिगुप्प आणि कमळीला केवढ्या तरी मेहनतीनं इथं आणलं होतं. तिला बसवून ठेवण्यासाठी केवढा आटापिटा करावा लागला होता. निरर्थक वटवट करून खरं म्हणजे त्याचं तोंड दुखून आलं होतं. फेस आला होता. असा सगळा जुळून आलेला योग आता भाल्याच्या निष्काळजीपणानं फिसकटणार होता. त्याचं मस्तक गरम झालं. नसा फुगल्या. भाल्याच्या गळ्याची घाटी करकचून आवळावी असं वाटलं. हरामखोर!

पण... पण त्याचं काम झालं. लांबून अंधारातून एका पठाणाची धिप्पाड आकृती डुलत डुलत त्याच्याकडे येत होती. ती हळूहळू स्पष्ट झाली. त्याच्या डोक्याला पठाणी फेटा होता. पायात सलवार होती. अंगात काळंकिट्ट जाकीट होतं आणि तो त्यांच्याकडेच येत होता. विशानं सूक्ष्म दृष्टीनं पाहिलं. त्यानं भाल्याची चाल ओळखली. मग तो अधाशीपणानं त्याच्याकडे बघू लागला. भाल्याला हाक मारून इकडं बोलवावं असं त्याला वाटू लागलं. हो, अंधारात दिसायचं नाही एखाद्या वेळी. पण तिला संशय येईल म्हणून तो विचार त्यानं तहकूब ठेवला, मग जरा मोठ्या आवाजात तो शीळ घालू लागला. घोगरा आवाज काढून त्यानं एक तानही घेतली. भाल्याकडे हावरटासारखा बघू लागला. शीळ ऐकली तसा भाल्या थबकला हे त्याला दिसले. सावकाश चालत तो त्याच्याकडे आला. या दोघांना टक लावून त्यानं पाहिलं. इकडेतिकडे सावध नजर फिरविली.

मग हातातला सुरा काढून तो एकदा त्यांच्यापुढे धरीत घोगरा आवाज काढूनच म्हणाला,

"चलो निकालो तुम्हारे पास जो है, नही तो जान लूंगा."

भाल्याला बघून विशाचं हृदय आनंदानं बागडू लागलं. एखाद्या कोकरासारखं... अखेर भाल्या आला, देवासारखा आला. त्यानं आणून दिलेली संधी आता जवळ आली. तो बघ त्यानं सुरा काढला. ती बघ तुझी प्रिया थरथर कापत उभी आहे. तिचं सारं अवसान गळालं आहे. विशा गाढवा, आता हा चान्स सोडू नकोस. अशी पर्वणी पुन्हा सांगून यायची नाही. चल उठ आणि दे त्या पठाणाला गुद्दा आणि घे कमळीचं दाम छन्छन् वाजवून. आता वेळ घालवू नकोस... त्या विचारानं त्याला अवचित अवसान चढलं. माणूस जवळ आल्यावर व्यालेली डुकरीण जशी गुरगुरते तसा आवाज काढून तो म्हणाला, "क्यँव बे? सर ठिकाणपर है ना तुम्हारा?"

मग कुठल्यातरी हिंदी सिनेमातल्या खलनायकाचं एक सुंदर वाक्य त्याला आठवलं.

"तुम्हारी ये मजाल?" तो ओरडला आणि मनातल्या मनात खूश झाला. आपलं वाक्य भाल्यालासुद्धा खूप आवडलं असेल असं त्याला वाटलं.

"अजी बंद करो ये बकवास!" असं म्हणून भाल्यानं अंगावर झेप घेतल्याचं पाहून तो दचकून मागं सरला. "भाल्या जरा बेतानं हं –" असं तो पुटपुटतो आहे एवढ्यात नाकावर एक जबरदस्त ठोसा बसला. ठोसा सामान्य होता. पण त्याला एकदम तिरीमिरी आली. आईचं दूध आठवलं. वडारानं चारी पाय धरल्यावर डुकरानं आरडाओरडा करावा तसा तो कळवळून ओरडला. मग ताठ उभं राहून त्यानं नाक ओढून बघितलं आणि इमानानं पठाणाला एक अशी ठेवून दिली की, त्याच्या हाताची बोटं पार मोडली. मनगट हुळहुळलं. खुबा जागचा उखडला. अनपेक्षित प्रतिकार झाल्याने पठाण एकदम कोलमडला आणि धुळीत लोळू लागला.

इतका वेळ कमळी अगदी थरथर कापत बाजूला उभी होती. अद्‌भुत पाहण्याची तिची हौस पार फिटली होती. भीतीनं तिचा जीव कुठल्या कुठं गोळा झाला होता आणि ओरडण्याचं भानही तिला राहिलं नव्हतं. त्या ढिगाला खाली कोसळताना पाहून तिचा जीव मुक्कामावर आला. विश्वंभराचा आवेश पाहून ती आश्चर्यातिशयानं जागच्या जागीच खिळली. खरोखर अप्रूप कामगिरी घडली होती. विशाला ठोसा मारता येतो आणि तो पठाणाला लोळविण्याइतका जबरदस्त असू शकतो हे तिला पहिल्यानंच समजलं. आपण समजत होतो तसा तो अगदी 'हा' नव्हता तर!...

विशानं मुद्दामच तिच्याकडे लक्ष दिलं नाही. त्यानं भाल्याला पुन्हा चार-दोन ठोसे लगावले. पठाणाच्या छाताडावर बैठक घेतली आणि त्याचं नाक ओढलं. मग त्याची मुंडी हळूच वर उचलून गालाचा चावा घेतला. 'अहाहा! भाल्या, कसा देवासारखा आलास! आता अशीच थोडी कळ काढ. अजून थोडं चावू दे." असं त्याच्या कानात कुजबुजत पुन्हा दहा-पाच ठेवून दिले.

कमळीचा छोटासा जीव कौतुकानं सुपासारखा झाला होता. भीती गेली होती. विस्मय उरला होता. विश्वंभरविषयी तिला काहीतरी एकदम गोडगोड वाटलं. अंत:करण प्रेमानं उचंबळून आलं. आदर वाढला. तेवढ्यात पठाणानं त्याला बाजूला फेकून दिल्याचं बघून तिचा थरकाप झाला. पण फारसं बिघडलं नव्हतं, त्याची भरपूर कणीक तिंबली गेली होती. हातातला सुरा बाजूला टाकून तो धडपडत उठला आणि मोठ्या चार-दोन टांगा टाकून अंधारात दिसेनासा झाला.

विश्वंभर बाजूला एका खड्ड्यात पडला होता. त्याची हनुवटी फुटली होती. नाकातून रक्त आलं होतं. एखाददुसरा दात गायब झाल्याचाही संशय येत होता. डोकं सणाणून ठणकत होतं. पाय लचकला होता. धडपडत उठून त्यानं तोंडावरचा फुफाटा पुसला आणि भाल्या पळाला त्या दिशेनं मुरगळलेला पाय लचकत लचकत टाकला. हातवारे करून त्याला परत फिरण्याचं आव्हान दिलं. मनगट सरळ असतं तर त्यानं शड्डूदेखील मारला असता, पण त्याचा इलाज नव्हता.

हे अद्‌भुत शौर्य, ही हिंमत, हा थाट. कमळी एकदम गहिवरून गेली. तिच्या डोळ्यांत पाणी तरारलं. चेहरा शरमिंदा झाला. आपलं चुकलं, आपण ओळखलं नाही.

विशानं खाली पडलेला सुरा हातात उचलून घेतला आणि त्याच्या धारेवरून हात फिरविला. बोटातून एकदम भळाभळा रक्त वाहू लागल्याचं पाहून तो घाबरला. सुरा झटकन टाकून देऊन तो म्हणाला,

"बघितलंस कसला सुरा होता तो?"

"बघितला." कमळीच्या डोळ्यांत कौतुक होतं.

"भयंकर होता. तो माझ्या छातीत घुसला असता तर –"

"नको रे असं बोलूस!"

"तर फुलपात्रभर रक्त बाहेर आलं असतं. आसमंतात त्याचा शिडकाव झाला असता."

"अगं आई गंऽऽऽ!"

"मग मी मरून गेलो असतो."

"अयाईऽऽ!"

"– अन् मग तुला बरं वाटलं असतं." विशानं आपलं संकल्पित वाक्य पुरं केलं. तो थांबला. त्याला दम लागला. लचकलेला पाय त्यानं मोठ्या प्रेमानं कुरवाळला. मग लंगडत-लंगडत तो एकटाच पुढे चालू लागला.

आता मात्र कमळीची सहनशक्ती संपली. तिनं त्याच्या खांद्यावर मान टाकून भराभर हुंदके दिले. डोळ्यांतून पसाभर पाणी काढलं. अपराधी मुद्रा करून मूक दिलगिरी व्यक्त केली.

"विशू मी चुकले." दर दोन हुंदक्यांच्या दरम्यान एकेक शब्द आला, "मला तुझी ओळख पटली नाही. मला वाटलं नव्हतं तू –"

"हॅऽऽऽ!" विशानं तुच्छतेनं नाक उडवलं. दृष्टी आकाशाकडे लावली. "उगीच गंमत बघतोय! अगं कितीही झालं तरी पुरुष आहे मी. अबलांचं संरक्षण करणं हे ब्रीदच आहे आमचं. प्रसंगी त्यासाठी प्राणदेखील खर्चावा लागला, छातीच्या चिरफळ्या झाल्या, तरी आमचं व्रत आम्ही सोडणार नाही; एकदा घेतलं की घेतलं!"

"पुरे, पुरे!" असं म्हणून कमळीनं नाक फुगवलं. मग त्यानंही नाक फुगवलं आणि मग त्याला खूप खूप बरं वाटलं. आता पुढे काय करावं ते त्याला कळेना. तो तिच्या खांद्यावर हात टाकून लंगडत पुढे चालला.

मार सपाटून लागला होता. त्याला रात्रभर झोप लागली नाही. विव्हळत, तोंड वेडंवाकडं करीत, दुखऱ्या भागाला गोंजारीत वेळ काढला. पहाटे त्याचा डोळा लागला.

सकाळी जाग आली तेव्हा त्याचं डोकं मनस्वी दुखत होतं. मनगट सणसणत होतं. पायाला ठणका लागला होता. अंगातून कळा निघत होत्या. चांगला ताप भरला होता. कालचं काम अपेक्षेपेक्षा महागात पडलं असं त्याला वाटलं. पण हा आजार काय चार-दोन दिवसांचा होता. एकंदर निष्कर्ष काही वाईट निघाला नव्हता. त्याला पाहिजे होतं ते तिनं दिलं होतं... आणि हे सगळं भाल्याच्या कृपेनं घडलं होतं. त्याला एकदम भरून आलं. मग अंग ठणकू लागलं. आतल्या आत कुणीतरी चावू लागलं. तसा त्याला पुन्हा भाल्याविषयी राग आला. काय मारलं होतं लेकानं!

तेवढ्यात दाराची ठकठक ऐकू आली.

"दार उघडंच आहे." तो अंथरुणातूनच ओरडला. उठणं शक्यच नव्हतं.

दार उघडून भाल्या आत आला. त्याच्या हातापायाला पट्ट्या होत्या. कपाळावर बँडेज दिसत होतं. चेहरा शरमिंदा होता. मान खाली घालून तो म्हणाला,

"काल तू माझ्यावर फार उखडला असशील?"

"भाल्या, तू काय कबूल केलं होतंस?" विशा धडपडत उठून बसला आणि संतापानं म्हणाला. मग तेवढ्यानं धाप लागून तो पुन्हा निपचित पडला.

"पण माझा नाइलाज झाला." भाल्या बाजू मांडू लागला.

"नाइलाज झाला, अं?" विशानं किंकाळी मारली.

"माफ कर. तुझा विश्वास बसणार नाही. पण झालं खरं असं."

"काय माफ काय कर? मारणं का सोंग हे? हाडं कशी केळ्यासारखी मऊ झाली आहेत. चांगला माझा मुडदा पाडत होतास काल!" विशा रडकुंडीला येऊन म्हणाला.

भालचंद्राने डोळे फाडून त्याच्याकडे बघितले. त्याला घाम सुटला.

“म्हणजे म्हणतोस काय तू?”

“पुन्हा वर ही सफेती होय?”

“देवाशपथ मला काही माहीत नाही. काल मी येणार होतो कबूल केल्याप्रमाणे. तुझी सायकल घेऊन दुपारी बाहेर पडलो. पठाणाचा पोशाख एकाकडून आणायचा होता. वाटेत ॲक्सिडेंट झाला. पायच मोडायचा, पण थोडक्यात निभावलो. तरी पाय चांगला मुरगळला. चालतासुद्धा येईना. रात्रभर दवाखान्यात पडून होतो. येणं शक्यच नव्हतं. तुला कळवायचं मात्र राहून गेलं.”

विशाच्या डोळ्यांसमोर एकदम अंधार पसरला. हातपाय थरथर कापू लागले, परवाचं स्वप्न आठवलं, कालची मारामारी आठवली. आपण त्या पठाणाला किती हिमतीनं ठोकला ते डोळ्यांसमोर आलं. म्हणजे आपण खरी मारामारी केली होती की काय?

... आणि मग त्याला थडथडून थंडी वाजून आली.

□

बाबांचा अभ्यास

आई स्वयंपाकघरात रात्रीच्या स्वयंपाकाची तयारी करीत होती. आतून एकसारखे भांड्यांचे ठणठण आवाज येत होते. मधूनच तिच्या बांगड्या वाजत. मध्येच 'चुर्रर' असा छानसा आवाज येई. पुन्हा भांडी ठणठण वाजत.

बाहेरच्या बैठकीच्या खोलीत बाबांनी मोठा दिवा लावून ठेवला होता. आरामखुर्चीत बसून ते कसलेसे वर्तमानपत्र वाचीत होते. त्यांच्या डाव्या हातात वर्तमानपत्र होते. उजव्या हाताने ते टेबलावरच्या बशीतले शेंगदाणे खात होते. त्याचा कुडुमकुडूम असा मजेदार आवाज येत होता. बाबा नेहमी वाचताना शेंगदाणे खातात. तोंड हलवीत हलवीत एकसारखे वाचीत असतात. त्यांचे इकडेतिकडे अजिबात लक्ष नसते. मग मी फार गंमत करतो. खेळता खेळता टेबलाजवळ जातो अन् त्यांच्या बशीतले शेंगदाणे पळवितो. पण बाबांना अगदी कळत नाही.

आजही मी असेच शेंगदाणे उचलले अन् तोंडात कोंबले. मग शेजारच्या खुर्चीच्या हातावर पाय टाकला.

– त्याबरोबर खुर्ची एकदम कलंडली अन् धाडदिशी पडली. मी पण खाली आपटलो.

असा मोठा आवाज झालाय म्हणता!

स्वयंपाकघरातून आई एकदम ओरडली –

"अहोऽ! खुर्ची पडली वाटतंऽ!"

वर्तमानपत्र वाचीत वाचीत बाबा म्हणाले –

"अगं, मी बसलोय ना चांगला खुर्चीत! एकदा पडलो आरामखुर्चीतनं म्हणजे काय नेहमी पडतो वाटतं?"

पुन्हा स्वयंपाकघरातनं आवाज आला –

"तुम्ही नाही हो! असं काय करता धांदरटासारखं?"

"मग?"

“ते कार्टं धडपडलं असेल!”

“असेल, असेल!” बाबांनी शेंगदाणे तोंडात टाकलेले दिसले.

“असेल असेल काय? बघा ना समोर! जरा काढा तो कागद तोंडासमोरचा!”

हे सगळे बोलणे होईपर्यंत मी उठून उभा राहिलो होतो. गुडघा चोळीत होतो. हातातले वर्तमानपत्र बाजूला करून बाबांनी माझ्याकडे पाहिले.

“कोण धडपडलं रे, मध्या?”

“मीच!”

“अन् खुर्ची कुणी खाली पाडली?”

“पाडली नाही, चुकून पडली.”

“अगं हो गं! मध्याच आहे!” बाबांनी स्वयंपाकघराकडे तोंड करून मोठ्या आवाजात सांगितलं. मग बशीतले थोडे शेंगदाणे तोंडात टाकून ते पुन्हा वर्तमानपत्र वाचू लागले.

काही काम नव्हते म्हणून मी बैठकीच्या खोलीत लंगडी घालण्याच्या विचारात होतो. तेवढ्यात स्वयंपाकघराच्या दाराशी आई उभी राहिलेली दिसली. तिच्या एका हातात चिमटा आणि दुसऱ्या हातात उलथणे होते. ते बघून मी एकदम घाबरलो. पाय सरळ करून उभा राहिलो. आईचे हे नेहमीचे आहे. दोन्ही हातात काहीतरी घेऊन ती स्वयंपाकघराच्या दाराशी उभी राहिली, म्हणजे आपल्याला काहीतरी धोका आहे हे मी तीन-चार वेळा अनुभवले होते. एका चिमट्याचे टेंगूळ तर परवापरवाच गेले होते.

माझ्याकडे बघत आई ओरडली –

“अरे! परीक्षा आहे ना मेल्या तुझी सहामाहीची उद्यापासून?”

मी नम्रपणे हळू आवाजात म्हटले,

“हो.”

“मग काही अभ्यासबिभ्यास? का असाच उंडारत बसणार?”

“नाही.”

“चल घे पुस्तक अन् बैस वाचीत!”

मी दप्तरातून पुस्तक काढू लागलो. तेवढ्यात आई बाबांना म्हणाली,

“अहो, पुरे आता ते वाचणं! या पोराकडे बघा आता! अभ्यास म्हणून कधी नकोच करायला!”

“मी लिहिलंच आहे तसं. कालच्याच अग्रलेखात –” बाबा वाचता वाचता म्हणाले, “मंत्री म्हणायचं, व्याख्यानं ठोकायची अन् अभ्यास मात्र करायचा नाही! काय म्हणायचं या मूर्खपणाला? शेवट तर असा कडक केलाय! –”

शेंगदाणे उचलता उचलता बाबांनी सहज आईकडे पाहिले. ते एकदम

चपापल्यासारखे दिसले. हात बशीत तसाच ठेवून ते म्हणाले,

“आँ?... काय बुवा, काय झालं काय?”

आई शांतपणे म्हणाली –

“माझं कपाळ!”

“कपाळ दुखतंय? मग औषध लाव. बामबिम –”

“मी सांगत्येय काय मघापासनं अन् तुम्ही बोलताय काय? जरा तरी शुद्ध असावी माणसाला म्हणते मी!”

“आता काय झालं बुवा?”

“कर्म माझं!”

असं म्हणून आईने बराच आरडाओरडा करून सांगितले की, उद्या या पोराची सहामाहीची परीक्षा आहे आणि तरी कुणी माझ्याकडे लक्ष देत नाही. त्यामुळेच कार्टे शेफारले आहे....

आईचा तो गडगडाट संपल्याबरोबर बाबाही एकदम रागावले. माझ्याकडे तोंड करून ते रागारागानं ओरडले,

“होय का रे मध्या? उद्याच का तुझी सहामाही सुरू?”

मी मान डोलवली.

“हो.”

“मग गध्ध्या, बोलला नाहीस अजिबात? उद्या कसला पेपर आहे?”

“भूगोल.”

“छान! अन् इकडे हुंदड्या घालीत बसलाहेस होय? चल काढ पुस्तक!”

“वाचीत बसू?”

“चालेल!”

आई खणखणीत सुरात म्हणाली, “तो वाचणार नाही! तुम्ही त्याची उजळणी घ्या.”

“बरं, बरं!”

बाबांनी हात पुढे केला. मी भूगोलाचं पुस्तक त्यांच्या हातात दिलं. त्यांच्यासमोर येऊन उभा राहिलो. बाबांनी चार-दोन मिनिटे पुस्तक चाळले. उलटसुलट केले. काही काही पाहिले.

“कसं छापलंय! काय शुद्धलेखन! अन् भाषा तरी कसली! छ्या: छ्या! या क्रमिक पुस्तकांसंबंधी एक जळजळीत लेख मला लिहायलाच पाहिजे.”

आई अजून दाराशीच उभी होती. एखाद्या दमलेल्या माणसाप्रमाणे ती हळूच म्हणाली –

“अहो, तुम्ही घेताय ना त्याचा अभ्यास? म्हणजे मी स्वयंपाकाचं बघते जरा

स्वस्थपणानं!''

''हो, हो! घेणार म्हणजे काय घेणारच!''

आई आत निघून गेली. तशी बाबा एकदम करड्या सुरात मला म्हणाले –

''हं! बैस तिथं समोरच्या खुर्चीवर – हं! सांग, कुठून घ्यायची उजळणी?''

''पहिल्यापासून!'' मी खुर्चीवर बसलो.

''ते झालं रे! पण प्रकरणाचं नाव वगैरे?''

''अंऽ...'' मी डोकं खाजवलं. ''ढग आणि पाऊस.''

बाबांनी पुस्तक इकडे तिकडे केलं. मग त्यांनी पहिलं प्रकरण काढलं. काहीतरी पाहून पुस्तक टेबलावर ठेवून दिलं.

''हं! सांगा मिस्टर, ढग कसे होतात?''

मागे केव्हातरी वाचलं होतं, वर्गातही गुरुजींनी सांगितलं होतं. पण आत्ता काही केल्या आठवेना! कसे होतात बुवा ढग? आधी उन्हाळ्यात काहीतरी होतं, मग आभाळात काहीतरी होतं, मग ढग तयार होतात, असे काही काही आहे खरं, पण काही केल्या मला आठवेना. अगदी गोंधळ उडून गेला.

बाबा रागावून म्हणाले –

''अरे सांग ना मूर्खा! पहिल्याच प्रश्नापाशी ही बोंब! मग पुढे काय, दिसतंच आहे.''

आठवून, आठवून तोंड वेडंवाकडं करीत मी म्हणालो –

''ढग आभाळात असतात.''

''शाबास! बरोबर आहे! – पुढे?''

''ते आधी तयार होतात. मग त्यांची वाफ होते.''

''करेक्ट! पुढे?''

''पुढे ही वाफ समुद्रात जाते. मग पाऊस पडतो.''

''अरे! येतंय की तुला! बरं, पुढचा प्रश्न, पाऊस कसा पडतो?... अरेच्या, पुन्हा तोच प्रश्न कसा आला बुवा?'' बाबांनी आश्चर्य व्यक्त केले. ''थांब हा, बघतो पुस्तकात – काय भानगड आहे ती!''

''पण त्याचं उत्तर निराळं आहे बाबा.'' मी उत्साहाने म्हणालो, ''पान तीनवर बघा.''

बाबांनी पान तीन काढले. मग ते म्हणाले, ''हं! बरोबर आहे! आहे इथं! मी वाचून दाखवितो, नीट ऐक लक्ष देऊन! ढग अत्यंत हलके असतात. म्हणून ते वाऱ्याबरोबर दुसरीकडे जातात. वाटेत डोंगर किंवा पर्वत यांना ते अडतात. त्याबरोबर ते वरवर जातात.''

एवढे बोलून बाबांनी पान उलटले. मग ते पुढे वाचू लागले –

"पौर्णिमेस त्याचा आकार पूर्णपणे गोल होतो. मग पुन्हा तो कमी कमी होत होत अमावास्येला त्याचा लोप होतो... समजलं का तुला मध्या? तुझ्यासाठीच चाललंय आमचं हे! आम्हाला शिकायचं नाही आता! आमचं सगळं पूर्वीच झालंय."

डोळे विस्फारून मी म्हणालो –

"पण बाबा –"

"काही बोलू नकोस मधे! एवढं पाठ कर. आधी पौर्णिमेला ढगाचा आकार कसा असतो?"

"पण बाबा, तुम्ही मधलं पान सोडलंत! ती ढगांची माहिती नाहीये."

"शहाणाच आहेस! मग कुणाची आहे?"

"चंद्राची आहे."

"चंद्राची आहे? म्हणजे चंद्र हलका असतो आणि म्हणून तो वाऱ्याबरोबर दुसरीकडे जातो, वाटेतल्या डोंगराला अडतो – असं तुला म्हणायचं आहे का?" बाबांचा चेहरा चिडलेला दिसला. त्यांनी बशीतले दोन दाणे तोंडात टाकले. मग ते चावत चावत पुन्हा रागीट मुद्रेने माझ्याकडे पाहू लागले.

"हं! बोला, बोला! दिवे लावा एकदा! बघू तरी काय भूगोल पाघळताय ते!"

"ते नाही, पण पुढची वाक्यं आहेत ना –" मी भीत भीत बोललो.

"– ती चंद्राबद्दलची आहेत. तुम्ही मधलं पान वाचलंच नाहीत बाबा. एकदम पुढचं पान उलटलंत!"

"असं म्हणतोस?"

बाबांनी पुस्तक पुन्हा एकदा पाहिलं. पाने उलटली. मागेपुढे करून बघितलं. त्यांचा चेहरा एकदम उतरल्यासारखा दिसला. वाचता वाचता त्यांनी हळूच डोळ्याच्या कोपऱ्यातून माझ्याकडे पाहिल्यासारखं वाटलं. मग ते म्हणाले –

"हूं! असं झालं काय! मग मूर्खा, आधीच सांगायचं नाहीस? तरी मला वाटलंच! पण म्हटलं, पुस्तकातच दिलेलं आहे. छे! छे! ही क्रमिक पुस्तकं म्हणजे अगदी नालायक बुवा!"

बाबांनी पुस्तक एकदम फेकून दिलं. मी घाबरून हळूच स्वयंपाकघराकडे पाहिलं. पण आतून काही हालचाल दिसली नाही. जरा बरं वाटलं.

खुर्चीच्या कडेला सरकून टेबलावर कोपर ठेवीत मी म्हटलं –

"त्या धड्यात किनईऽ बाबा ग्रहणाची पण माहिती दिलेली आहे –"

"हो का? छान छान!" बाबांनी मान डोलावली.

"पण ग्रहण म्हणजे काय बाबा?"

"ग्रहण म्हणजे –"

"हं –"

"ग्रहण म्हणजे –'' बाबा थोडे विचारात पडल्यासारखे दिसले. "ग्रहण म्हणजे तोंडाला काळे लावणे! समजलं? परवाच मी एक अग्रलेख लिहिला. त्याचं शीर्षकच होतं – काँग्रेसच्या लोकप्रियतेला ग्रहण.''

"पण हे ग्रहण कसं होतं?''

"कसं होतं म्हणजे काय? एवढ्या साध्या गोष्टी माहीत नाहीत? कमाल आहे बुवा!'' बाबा खेकसले. मी मान डोलवली.

तेवढ्यात स्वयंपाकघरातून चुर्रर असा खमंग वास आला. बाबांनी नाक वर ओढले. "मध्या, आईनं पिठलं केलंय का रे आज?''

मीही नाक वर ओढून जोरात वास घेतला.

"विचारून येऊ आईला!''

"नको नको! विचारू नकोस!'' बाबा घाईघाईने म्हणाले, "उगीच आपली सहज चौकशी केली. बाकी पिठलं असलं तर बरं होईल म्हणा.''

"तुम्हाला खूप आवडतं पिठलं बाबा?''

"खूप!''

"मला पण आवडतं.''

"छान!'' बाबांना समाधान वाटल्यासारखं दिसलं. मी हळूच आणखी पुढं सरकलो. टेबलाजवळ गेलो.

"मी दाणे घेऊ का बाबा थोडे?''

"थोडे घे. थोडे मला ठेव.''

बशीत हात घालून मी शेंगदाणे उचलले आणि तोंडात टाकले. बाबांनीही थोडे तोंडात कोंबले. आम्ही दोघेही थोडा वेळ तोंडे हलवीत गप्प बसून राहिलो. तोंड रिकामे झाल्यावर मी म्हटले –

"सांगा ना बाबा, ग्रहण कसं होतं?''

"वर्गात सांगितलं नाही का गुरुजींनी?''

"सांगितलं, पण नीट कळलं नाही मला.''

"हॅट्! तू तर असा रड्या आहेस मध्या!''

"पण सांगा ना!'' मी हट्ट धरला.

"ग्रहण –'' असे म्हणून बाबांनी जे डोळे मिटले ते बराच वेळ उघडलेच नाहीत. मला तर वाटले, बाबांना बहुधा झोप लागली असावी. म्हणून मी त्यांना हलवून जागे करण्याचा प्रयत्न केला. तेव्हा त्यांनी पुन्हा डोळे उघडले. मी पुन्हा तो प्रश्न त्यांना विचारला, तेव्हा ते जरा त्रासलेले दिसले. मग म्हणाले,

"म्हणजे काय गंमत आहे की – या प्रश्नासंबंधी जरा मतभेद आहेत.''

"मतभेद म्हणजे–?'' मी उत्सुकतेने विचारले.

"मतभेद म्हणजे –'' बाबांनी दोन्ही हात इकडेतिकडे फिरवून मला बराच वेळ काहीतरी दाखविले. पण मला एक अक्षरही समजले नाही.

"बरं, ते जाऊ दे! तुला पंचांग माहीत आहे ना पंचांग? मग झालं तर! त्यात ग्रहणं दिलेली असतात सगळी.''

"पण हे ग्रहण होतं कसं?''

"होतं कसं? हा प्रश्न आहे? ग्रहणं ही होणारच! पंचांगवाल्यांनी तारखा ठरविलेल्या असतात. त्या दिवशी ग्रहण बरोबर होतं!''

बाबांनी मग आणखी काही माहिती मला सांगितली. त्यावरून मला खूपच नवे ज्ञान मिळाले. त्यांच्या बोलण्यावरून मला कळले की, पंचांगवाले नावाचे लोक असतात. ते पहिल्यांदा ग्रहणाच्या तारखा ठरवून टाकतात. ते म्हणाले, की अमुक अमुक दिवशी बुवा सूर्यग्रहण, तर सूर्य येतो आणि ग्रहण करून निघून जातो. त्यात कध्धी चूक होत नाही. त्या दिवशी बरोबर सूर्याच्या अंगावर काळे पट्टे दिसतात. लोक इकडे 'दे दान, सुटे गिराण' म्हणून ओरडू लागले की, त्यांचं ग्रहण खलास! पूर्वी राहू-केतू त्यांना गिळतात अशी समजूत होती. पण आता नवीन ज्ञानामुळे ते खोटं ठरलं आहे. आता पंचांगवालेच त्यांना गिळतात असं सिद्ध झालं आहे.

"पुरे आता! ते फेकून दिलेलं पुस्तक इकडे घे बघू.''

मी आश्चर्याने म्हणालो –

"आता काय करायचंय पुस्तक? मला समजलं छान! अन् पुस्तकात काहीतरी भलतंच दिलंय बाबा!''

"असं? बघू तरी काय दिलंय ते!''

मी पुस्तक उचलून बाबांजवळ दिलं. बाबांनी त्यातली पानं चाळली. पुन्हा काहीतरी वाचलं. त्यांचा चेहरा उतरला असं मला पुन्हा एकदा वाटलं. मी काही विचारायच्या आतच ते म्हणाले –

"मध्या, ही सगळी माहिती तुझ्या लक्षात राहिली?''

"हो.''

"सांग बघू.''

मी थोडेसे काहीतरी सांगितले. काही काही आठवेना. अजिबात आठवेना! आता बाबा रागावणार अशी मला भीती वाटली. पण त्यांचा चेहरा हसतमुख दिसला.

"विसरलास ना? हात् लेका तुझी! बरं, असू दे! आता मी पुस्तकातलंच वाचून दाखवितो तुला. थोडं निराळं आहे. पण तेच लक्षात ठेव!''

एवढे सांगून बाबा पुस्तकातला धडा वाचून दाखवू लागले. बशीतल्या दाण्याकडे लक्ष ठेवीत मी ते ऐकत राहिलो. बाबा खूप वाचत राहिले आणि मीही खूप वेळ गप्प बसून राहिलो. आई केव्हा पाठीमागे येऊन उभी राहिली ते कळलंच नाही.

शेवटी धडा संपला तेव्हा बाबांनी मोठी जांभई दिली. कसलातरी आवाज आला.

मी मागे वळून पाहिलं तर आई!

तिच्या चेहऱ्यावर समाधान पसरलेलं होतं. पुस्तक बाजूला ठेवून बाबा घाम पुशीत होते. त्यांना ती कौतुकाने म्हणाली, "'बघा, आता कसा मन लावून ऐकतोय मेला! असा रोज अभ्यास घेतला तर बालिस्टर होईल कार्टं. मी नक्की सांगते!''

☐

गफलत

अंधार गुडूप पडला होता. काही म्हणता काही दिसत नव्हतं. मध्यरात्र टळून गेली होती. सबंध गाव झोपेत बुडून गेलं होतं. दिवसभराच्या शिणाने पुरुष, बायका, पोरं, म्हातारेकोतारे सगळेच गाढ झोपले होते. कुणीही जागं नव्हतं. बोलण्याचालण्याचा थोडासुद्धा आवाज कुठे ऐकू येत नव्हता. सगळीकडे गाढ शांतता भरून राहिली होती.

उन्हाळ्याचे दिवस असल्यामुळे कुणी बाहेर झोपलं होतं. कुणी खिडक्यादारं उघडून आत पडलं होतं. पहाटेचे थंड वारे अजून सुटले नव्हते. पण झाडं अधूनमधून सळसळत होती आणि त्याच्या झुळका अंगाला लागून झोपेतच माणसं सुखावत होती. अंगावरचं पांघरूण ओढून, अंग मुरगाळून जास्तच झोपी जात होती.

असा कितीतरी वेळ गेला.

आणि मग एकाएकी आरडाओरडा ऐकू आला,

"चोर, चोर! –"

त्या शांत वातावरणात हा आरडाओरडा अधिकच मोठ्यांदा घुमला आणि सगळे लोक खडबडून जागे झाले. डोळे चोळतचोळत ताडकन उठून उभे राहिले. एकमेकांना विचारू लागले,

"काय झालं रे?"

तेवढ्यात पुन्हा आरडाओरडा झाला.

"चोर, चोर... गेला... पळाला."

ज्ञानू सुताराने आवाज आला त्या दिशेने कान टवकारले. अदमास घेतला. मग तो मोठ्यांदा म्हणाला,

"अरे, देशमुखाच्या घरातनं आवाज येतोय. चला, चला, पळा."

– आणि तो देशमुखाच्या घराकडे तसाच उघडाबोडका पळत गेला.

मग त्याच्या पाठोपाठ सगळेच धावत आले.

हातात जडशीळ काठी घेऊन दगडू कोष्टी आला. गवत तोडायची कुऱ्हाड घेऊन केराप्पा गवळी आला. सुटलेले धोतर नीट नेसत नेसत उघड्याबंब अंगाने सदा वाणी आला. तालमीत झोपलेली तरणीताठी पोरं आली. कट्ट्यावर निवांत पडलेले रिकामटेकडे आले. बायका आल्या. सगळेच आले.

घटकाभरात देशमुखाच्या वाड्याभोवती पाच-पंचवीस माणसांची ही गर्दी जमली. चौकशी सुरू झाली.

तोपर्यंत देशमुखांच्या घरी माणसं जागी झालीच होती. हातात काठ्या, कंदील घेऊन हिंडत होती. गावातील माणसं गोळा झाल्यावर त्यांनाही बळ आलं. त्यांनी वाड्याचा मोठा दरवाजा उघडला.

लोकांना पाहिल्याबरोबर अण्णा देशमुख म्हणाला,

"हा असा खिडकीतून गडी घुसला बघा. खुडबुड-खुडबुड झाली म्हणून बायको उठली आणि बोंबलली. तवर पळालाच. कुठं गेला पत्त्या न्हाई."

केरप्पा म्हणाला,

"पण अण्णा, तुमचं काही गेलंबिलं का?"

"व्हय."

"काय गेलं?"

"ट्रंकेत जिनसाचा डबा हुता. त्याचा पत्त्या न्हाई."

"किती येळ झाला?"

"अवो, हे आत्ताच. तुमी यायच्या आधी पंधरा मिंटच."

"आँ?"

"मग सांगतुय काय? आजून हितंच कुठं जवळपास आसंल."

"अरे, मग हुडका-हुडका!"

हा प्रकार अगदी नुकताच काही मिनिटांपूर्वीच घडला हे कळल्याबरोबर लोक भराभरा पुढे सरसावले. देशमुखाच्या घरच्या लोकांच्या हातात दोन-तीन कंदील होते. आलेल्या लोकांपैकीही एकादोघांजवळ कंदील होते. सगळी मंडळी भराभर वाड्याच्या चारी अंगाला गेली. सगळीकडे पाहत हिंडू लागली.

देशमुखाचा वाडा तसा मोठा होता. जुन्या काळात बांधलेल्या या वाड्याला पुढे प्रचंड दरवाजा होता. त्याला आतून भरभक्कम अडसर होता. चारी बाजूंनी चांगल्या चिरेबंदी उंच भिंती होत्या आणि मध्ये दगडी वाडा होता. वाडा आणि कडेची भिंत यात पुष्कळच मोकळी जागा होती. त्यात गवत माजले होते. बारीकसारीक झुडपे वाढली होती. न जाणो, यातही एखाद्या वेळी चोर अजून दडी मारून बसला असेल असे लोकांना वाटले. म्हणून काही मंडळी बाहेरून हिंडत राहिली तर काहींनी आतून तपास सुरू केला. जिकडे-तिकडे शोधाशोध सुरू झाली.

थोडा वेळ ही शोधाशोध अशीच चालली आणि मग एकाएकी सदा वाणी ओरडला –

"अरे, सापडलं-सापडलं?"

त्याबरोबर आत इकडे तिकडे हिंडणारे लोक तिकडे धावले. बाहेरचेही पळत आले. हातात काठ्या, कंदील घेऊन पळत आले. म्हणाले,

"कुठाय, कुठाय?"

"हाणा भडव्याला!"

"मरस्तंवर ठोका."

हातातल्या काठ्या सरसावून लोक धावले. कंदील धरणाऱ्यांनी वाती मोठ्या केल्या. हात उंच केला. पण कुणी काही दिसले नाही.

केराप्पाने ओरडून विचारले,

"अरे कुठाय चोर?"

सदा वाणी मान हलवून गडबडीने बोलला,

"चोर कधी म्हणालो?"

"मग? काय सापडलं म्हणालास?"

"दागिन्याचा डबा –"

"आं? कुठाय?"

"हा काय –"

असे म्हणून सदाने भिंतीच्या कोपऱ्याकडे हात केला.

लोकांनी झटकन् पुढे सरकून पाहिले.

खरोखरीच दागिन्याचा डबा भिंतीला लागून वेडावाकडा खाली पडला होता. त्याचे झाकण एका बाजूला गेले होते आणि डबा भिंतीजवळ उपडा झाला होता. त्यातल्या जिनसा गवतात इकडे-तिकडे पडल्या होत्या. अण्णाने झटदिशी पुढे येऊन जिनसा गोळा केल्या. मोजल्या.

मग समाधानाने मान हलवून तो म्हणाल्या,

"हायेत. समद्या हायेत."

ज्ञानू सुताराने विचारलं, "काय सुदीक ऱ्हायलं न्हाई?"

"काय न्हाई."

"बघा नीट."

"बगितलं समदं."

डबा सापडला, त्यातल्या जिनसाही सापडल्या हे कळलं तसे लोकांना हायसे वाटले. मग सगळ्यांच्याच मनावरील दडपण उतरले. समाधानाचे सुस्कारे सुटले. कंदिलाच्या वाती बारीक झाल्या. वर उचललेल्या काठ्या परत भुईवर टेकल्या

आणि ताणलेली शरीरे सैल झाली.

हळूहळू गप्पा सुरू झाल्या.

लोकांच्या झोपा उडाल्या होत्या. आता परत झोप येणं शक्य नव्हतं. पहाटही व्हायला आली होती. तेव्हा आपोआप गप्पा सुरू झाल्या. कोण चोर आला असेल, कसा आला असेल याविषयी बोलणी चालली.

डबा पडला होता त्या ठिकाणी गवत दबले होते, पण याशिवाय कुठेही, कसलीही खूण ठेवून चोर गेला नव्हता. केराप्पा गवळ्याने हे सर्व नीट पाहिले होते. म्हणून त्याला मघापासून जरा आश्चर्य वाटत होते. ओठ पुढे जुळवून डोळे विस्फारीत तो म्हणाला,

"बायली, हे भडवं आत आलं तरी कसं म्हणावं?"

ज्ञानू सुतार खिशातली विडी काढीत बोलला,

"का बरं? त्यात काय अवघड वाटलं एवढं तुला?"

"तू तरी सांग मला."

"अरे, साधी गोष्ट हाये. दरवाजा उघडा ऱ्हायला आसंल चुकून. आला गडी आत. हाये काय अन् न्हाई काय!"

अण्णा देशमुखाने मान हलविली.

"छ्या:! दरवाजा बंद हुता. म्या स्वत: बंद केला. अडसर घातला. मगच झोपलो. दरवाजातनं कुनी आलं न्हाई. मी सांगतो."

"नक्की?"

"अगदी नक्की! एक डाव न्हवं, हज्जार डाव."

देशमुखाने इतकी खात्री दिल्यावर ज्ञानू सुताराला पुढे काही बोलता आलं नाही. तरी पण त्याची मनात खात्री पटली होती की, दरवाजाच चुकून उघडा राहिला असला पाहिजे आणि चोर तेथूनच शिरला असला पाहिजे. दुसरीकडून तो येणार कसा? वाड्याच्या चारी बाजूच्या भिंती चांगल्या दीड-दोन पुरुष उंचीच्या होत्या. चिरेबंदी दगडाच्या होत्या. त्यावर चढून आत येणं अशक्य आहे, असं डोळ्यांनीच दिसत होतं. पण देशमुखाने अशी खात्री दिल्यावर तो काय बोलणार?

तेवढ्यात देशमुखाला घरातून बोलावणे आले म्हणून तो उठला.

"बसा बरं का मंडळी. चापानी घेऊनच जावा आता."

असे म्हणून तो आत गेला.

तो गेल्यावर ज्ञानू विडीचा धूर काढीत मोकळेपणाने म्हणाला,

"ह्यो अण्णा काय सांगतो? मला नक्की वाटतंय, दरवाजाच लावायचा ऱ्हायला आन् चोर तिथनंच घुसला."

सदा वाणी म्हणाला, "हे तुझं कायतरीच बोलणं ज्ञानू. सांगणारा सांगतोय की

मी लावला दरवाजा. आठवतंय चांगलं. आन् तू म्हणतोस त्याचं खरं न्हाई!''

''व्हय!''

''भले! म्हंजी लावणारा खोटा आन् तू खरा व्हय?''

''तसं न्हवं.''

''मग कसं?''

''मग चोर आत कसा आला आसंल, सांग. न्हाई, तुमचं एकदा हूं जाऊ दे.''

ज्ञानूचा हा सवाल बिनतोड होता. कारण दुसरा कुठलाही मार्ग अशक्य होता हे स्पष्ट दिसत होतं. चट्दिशी डोळ्यांपुढे यावं असं काहीही नव्हतं.

मंडळी थोडा वेळ गप्प बसली. मग इतका वेळ उगीच बसून ऐकणारा एकनाथ चवरे पुढं सरसावला. तो म्हणाला,

''लेकानो, त्यात हाये काय आवघड? मी सांगतो.''

''सांग.''

''ही भिंत चढून आला असणार चोर. नक्की!''

''ते कसं काय?''

''अवो, पाठीनं चढला असणार गडी. हां.''

''पाठीनं?''

''तर –''

असं म्हणून एकनाथ चवऱ्याने लोकांना पुढे बरीच माहिती पुरविली. त्याचं म्हणणं असं होतं, की चोर मंडळी फार हुशार असतात. त्यांनी सगळ्या प्रकारचे शिक्षण घेतलेलं असतं. मोठमोठ्या भिंतीवरून सहज उड्या टाकून ते जाऊ शकतात. एखादी भिंत अवघडच असली, तर ते पाठीने भिंत चढून जातात. आता पाठीने भिंत चढतात म्हणजे ते नेमके काय करतात हे आपल्याला सांगता येणार नाही. पण तसे काहीतरी ते करतात हे आपण ऐकलेलं आहे, एवढी गोष्ट खरी. मग कुणी काही म्हणो.

एकनाथ चवऱ्याचा हा तर्क लोकांना मुळीच पटला नाही. दगडू कोष्टी निषेधपूर्वक मान हलवीत बोलला,

''काय लेका सांगतोस? म्हणं, पाठीनं भिंत चढत्यात. उद्या सांगत हिंडशील की कानानं न्हाई तर नाकानं चढत्यात म्हणून. भले!''

एकनाथ रागवून म्हणाला,

''मग तू तरी सांग लेका? तुझी चालव आक्कल.''

''हो, हो. सांगतो की.''

''सांग की.''

''मला तर वाटतंय गड्या –''

“हां –”

“चोरानं उंच बांबू आणला आसंल आणि त्येच्यावरनं त्यो भाद्दर उडी मारून आत आला आसंल.”

“सांगून, सांगून हे सांगितलंस व्हय? अँहँ –”

“का? काय झालं?”

“लेका, इतक्या उंच भिंतीवरनं कुणाची तरी उडी जाईल का? आं? रेकार्डी ब्रेक झालं म्हणावं लागंल मग!”

एवढं बोलून एकनाथ हसला. त्याच्याबरोबर बाकीचे लोकही हसले आणि दगडूला कळून चुकलं की, आपली ही कल्पना कुणालाच पटलेली नाही. या उंच दगडी भिंतीवरून बांबूने उडी मारून येता येईल ही गोष्ट कुणालाच मान्य नाही. मग त्याने मनातल्या मनात एक मोठा बांबू घेतला. पळत पळत येऊन मनातल्या मनातच त्याच्या आधाराने उंच उडी मारून बघितली. पण तरीही उडी भिंतीपलीकडे गेली नाही. मनातल्या मनातदेखील गेली नाही. आणि त्याने स्वत:शीच कबूल केले की, आपल्या या कल्पनेत काही अर्थ नाही. एखादा बांबू घेऊन त्याच्या आधाराने उडी मारून आत येणे हा प्रकार प्रत्यक्षात घडण्यासारखा नाही.

मग तो गप्पच बसला. पुढे काही बोलला नाही.

मग सदा वाणी डोके खाजवीत म्हणाला,

“मंडळी, साधी गोष्ट हाये. इतकं कसं लक्षात यीना तुमच्या, मी म्हणतो.”

सगळ्यांनी सदाकडे तोंड केले.

“काय म्हणतोस?”

“आसं आहे त्याचं,” सदा पुन्हा डोके कराकरा खाजवीत बोलला, “चोर आधीच घरात घुसला असणार. माळवदावर लपून बसला आसणार. रात झाल्यावर गडी सवन्यातनं खाली उतरला. केली चोरी अन् पळाला. दुसरं काय?”

सदाचे हे बोलणे काहीजणांना पटण्याच्या बेतात होते. ते मानाही हलविणार होते. पण तेवढ्यात एकनाथ चवऱ्याला शंका आली. त्याने विचारले,

“ते खरं. पण पळाला कसा ते सांग की!”

होय. ही शंका खरी होती. चोर बाहेर गेला कसा?

भिंतीवरून उडी मारून जाणे ही गोष्ट कठीण होती. दरवाजा लावलेला तसाच होता. लोक जमल्यावर देशमुखाने स्वत:च तो पुन्हा उघडला होता. तोपर्यंत त्याचा अडसरसुद्धा निघालेला नव्हता. दिवसाढवळ्या चोर एखाद्या वेळी माळवदावर लपून बसला असेल, ही गोष्ट एक वेळ कबूल केली तरी तो बाहेर गेला कसा?

सदा वाणी या प्रश्नावर निरुत्तर झाला. तोही मग पुढे काही बोलला नाही.

अशा बऱ्याच गप्पा झाल्या. निरनिराळ्या लोकांनी निरनिराळे तर्क केले. पण

इतरांनी ते खोडून काढले आणि कुठलीच कल्पना शेवटी लोकांना पटली नाही. प्रश्न तसाच लोंबकळत पडला. त्याचे उत्तर एकालाही सापडले नाही.

शेवटी ज्ञानू सुतार चिडला. त्रागाने म्हणाला,

"एकाच्या आपल्या डोक्यात मेंदू आसंल तर शपथ. समदा भुसा भरलाय भुसा. देवाशपत!"

इतका वेळ न्हाव्याचा तरुण पोरगा रंगा उगीच सगळ्यांचे बोलणे ऐकत होता. आत्तापर्यंतच्या बोलण्यात त्याने भाग घेतला नव्हता. तो डोळे मिटून उगीच बसला होता. पण ज्ञानूचे बोलणे ऐकून त्याला सुरसुरी आली. घोगऱ्या आवाजात तो म्हणाला,

"का रं? आसं का म्हणतोस?"

"मग काय तर!" ज्ञानू चिडून बोलला, "एक चोर बेनं येतंय काय, जातंय काय! आन् आपल्याला एवडंसुदिक सांगता यीना व्हय, की त्यो कसा आला आसंल आन् कसा गेला आसंल?"

"बरं, आता मी सांगतो."

लोकांनी उपरोधाने माना हलविल्या. मोठमोठे थकले, आता हा आणखी काय दिवे लावणार, अशा अर्थाने त्यांनी माना हलविल्या. कुणीतरी बोललेही,

"सांग बाबा, सांग. तुजंच डोस्कं चालायचं ऱ्हायलं हुतं. चालीव आता."

"ऐका तर खरं. पटलं घ्या. न्हाई पटलं सोडून द्या."

"सांग, सांग."

मग रंगा पुढे सरसावला. जागरणाने त्याचे डोळे चुरचुरत होते. कडेला पाणी साचले होते. ते पुसून तो म्हणाला, "मला नक्की वाटतं की, चोर या भिंतीवरनं चढून आला."

"काय लेका नवीन सांगितलंस रे?"

"ऐकून तर घ्या माजं –"

"बरं, सांग कशावरनं?"

हा प्रश्न विचारल्यावर रंगा उठला. उठून उभा राहून त्याने वाड्याच्या पलीकडच्या भिंतीच्या बाजूला बाहेर एक लिंबाचे झाड अस्पष्ट दिसत होते, त्याकडे बोट दाखविले.

"हे झाड दिसतंय पलीकडचं?"

लोकांनी माना वळवून उंच करून पाहिले. कुणाला नीट दिसले. पहाटेच्या अस्पष्ट प्रकाशातही नीट दिसले. कुणी अंदाजाने ओळखले.

"बगितलं, बरं मग?"

"याचा एक फाटा भिंतीच्या वरनं आत आलाय. हाय ठावं? बगितलंय तुमी?"

रंगाने खणखणीत आवाजात हा प्रश्न केला तेव्हा लोकांच्या ध्यानात एकदम पुढच्या गोष्टी आल्या. त्या लिंबाच्या झाडाचा एक फाटा भिंतीवरून आत आलेला होता, ही गोष्ट खरी होती. ज्यांना ती माहीत नव्हती, त्यांनीही उभं राहून, चार पावलं पुढे जाऊन या गोष्टीची खात्री करून घेतली. फाटा भिंतीच्या वर खूप उंचावर होता, ही गोष्ट खरी. पण तो आत आला होता. या फाट्यावरून खाली उडी टाकणे ही गोष्ट शक्य होती. खरंच की! इतका वेळ ही गोष्ट आपल्या ध्यानात कशी आली नाही? इतका साधा विचार आपल्याला कसा सुचला नाही? न्हाव्याच्या या तरण्या पोराच्या हे बरं लक्षात आलं!

ज्ञानू ओरडून म्हणाला,

"म्हंजे? रंगा, या फाट्यावरनं गडी चढून आला आन् आत उडी टाकली म्हणतोस काय?"

रंगाने मान हलवली.

"व्हय, तेच सांगतोय न्हवं का?"

लोकांना एकदम रंगाबद्दल कौतुक वाटू लागलं. त्यांच्या दृष्टीत आश्चर्य आणि कौतुक, दोन्हीही भरून राहिली. मघाशी ज्याने रंगाची थट्टा केली त्याला दुसऱ्याने ढुसणी दिली.

"बघ, ऐक लेका."

तेवढ्यात केराप्पा ओरडून म्हणाला,

"ए, गपा रे. ऐका पुढे."

रंगा पुढे म्हणाला,

"या झाडावरनं त्यो वर चढला आसंल. आन् या फाट्याला हळूच लोंबकळला आसंल."

"बरोबर सांगितलंस! फुडं?"

"पुढं त्यानं खाली उडी ठोकली."

"इतक्या वरनं?" कुणाला तरी शंका आली.

"त्याला काय हुतंय?"

"पायबिय मोडला नसंल का?"

"खाली गवात हाये गच्च. दिसत न्हायी का? मग कसा पाय मोडंल?"

सगळ्यांनी माना हलविल्या. होय, ही गोष्ट खरीच होती. खाली भरपूर झुडपं माजली होती. वरून उडी टाकणाराला ती गोष्ट सोयीचीच होती. हेही अजूनपर्यंत कुणाच्या लक्षात आलंच नव्हतं. इतकं दाट गवत असल्यावर पाय मोडण्याचे काय कारण? फार तर पायाला मुंग्या येतील. थोडासा लचकेल. पण यापेक्षा अधिक काही होण्याचे कारण नव्हते.

सगळ्यांना पुन्हा रंगाचे बोलणे पटले. त्याच्याबद्दलचे कौतुक वाढले.

''शाबास गड्या! ही तुझी आयडियाची कल्पना अगदी बरोबर.'' सदा वाणी खूश होऊन म्हणाला.

''मग पुडं कसं कसं?''

रंगाचे डोळे चांगलेच चुरचुरत होते. खाली बसून त्याने जांभया दिल्या. डोळ्याचे पाणी पुसून काढले.

''आता काय आणखीन? मुख्य म्हणजे कसा आला आसंल तो, एवढंच की न्हाई? त्ये मी साधारण सांगितलं. पुढचं काय, काय सांगावं बरं!''

''तसं न्हवं. पण चोरी तरी कशी केली आसंल म्हणतो मी. किती धाडशीपना म्हणावा.''

''धाडशी तर आसलाच पायजे. त्याबिगर घुसतोय का आत?''

''त्ये बी खरंच.''

असं म्हणून सदा गप्प झाला. रंगाच्या हुशारीवर खूश होऊन स्वत:शीच मान डोलवीत राहिला.

मग दगडू रंगाकडे आदराने बघत म्हणाला,

''रंगा, हे तुजं पटलं गड्या मला. आगदी कायम पटलं. पर मी म्हणतो –''

रंगा खूश होऊन म्हणाला, ''काय?''

''पर ह्यो गडी बाहेर कसा काय पडला आसंल?''

बाकीच्या लोकांनीही हां, हां करून माना डोलविल्या. आपले कान टवकारले. उत्सुकतेने रंगाकडे पाहिले, या पठ्ठ्याने एक गोष्ट तर अगदी बरोबर सांगितली. चोर झाडावरून आत आला असला पाहिजे ही कुणाच्याच लक्षात न आलेली गोष्ट रंगाने बरोबर सगळ्यांच्या ध्यानात आणून दिली. आता याने हीही गोष्ट सांगितली, तर बरे होईल. हेही कोडे उलगडेल. ज्याचा एक अंदाज खरा ठरला त्याचा दुसरा अंदाजही खरा ठरण्याची शक्यता आहे. निदान इतरांसारखे काही निरर्थक तरी तो बोलणार नाही. एवढे खास.

लोकांच्या मनात असे विचार आले. मग सगळ्यांनीच त्याला विचारून भंडावले. तुझे डोके चालव म्हणून सांगितले. तेव्हा झोपेला आलेल्या रंगाला मोठे अवघड झाले. कंटाळून, मोठी जांभई देऊन तो म्हणाला,

''आरं, हाय काय त्यात तरी अवघड!''

''मग सांग.''

''थांब आशीक –''

असे म्हणून रंगा उठला. ज्या ठिकाणी मघाशी दागिन्यांचा डबा उलथापालथा होऊन पडला होता, तिथं जाऊन उभा राहिला, बारकाईने न्याहाळत राहिला.

आता उजाडत आलं होतं. फटफटत होतं आणि अंधूक पांढरा उजेड सगळीकडे

पसरला होता. नीट दिसत होतं.

चार-दोन मिनिटं रंगा उगीच बघत उभा राहिला. त्याने खाली गवतात पाहिले. वर भिंतीकडे सर्वत्र नजर फिरविली. थोडासा विचार केला. मग तो म्हणाला,

“डबा हितंच पडला हुता ना मघा?”

“व्हय. हितंच.”

“म्हंजे मग हितनंच गडी पळाला. दुसरं काय!”

“ते कसं काय?”

रंगाने कपाळाला आठ्या घातल्या. जागरणाने त्याचा घसा बसला होता. आवाजाला दशा सुटल्या होत्या. तशाच अर्धघोगऱ्या आवाजात तो म्हणाला,

“ऐका आता नीट. पुन्हा पुन्हा येड्यासारखं इचारू नगा.”

एरवी रंगा असं काही बोलला असता तर लोकांनी ते ऐकून घेतलं नसतं. त्यालाही ते फाड्दिशी उलटे बोलले असते. पण आताची गोष्ट वेगळी होती. सगळ्यात तो एकटा शहाणा निघाला होता. म्हणून लोक गप्प बसले. निमूटपणे तो काय बोलतो ते ऐकू लागले.

“हां, कसं-कसं झालं म्हनतोस?”

“पहिल्यांदा चोर झाडावरनं आत आला. सरळ खिडकीतनं आत शिरून त्यानं ट्रंक उघडली. आतला डबा काढला –”

“त्ये त्याला कसं कळलं हितंच डबा हाये हे?”

“आहो, माहितगाराचंच काम कुणाचं तरी! आता एवढंबी कळंना का तुमाला?”

रंगाचे तिरसटपणाचे हे बोलणे ऐकून पुन्हा सगळे गप्प झाले. कौतुकाने त्याचे बोलणे ऐकत राहिले.

“बरं मग?”

“मग काय? डबा घेतला आन् पळाली स्वारी. तिवढ्यात देशमुखाच्या बायकोनं बगितलं आसणार. ती बोंबलली आसणार –”

“बरोबर. फुडं?”

“फुडं काय?” रंगाला पुन्हा मोठी जांभई आली. ती देतदेतच तो बोलला, “गडी घाबरला आसणार –”

“व्हयं की.”

“पयला त्याचा बेत आसणार की, दरवाजा सरळ उघडावा आन् चालू लागावं. पण बाई वराडली तसं फिसकटलं त्याचं ते.”

“आसंल बाबा.”

“मग गडी धुम् पळाला त्यो हिकडंच आला. ह्ये न्हवं का गवात मुडापलंय हितं. मघाशी बगितलं न्हाई का?”

“बगितलं, बगितलं. अगदी खरं.”

लोकांनी माना डोलावल्या. कान टवकारून ते रंगाचे बोलणे ऐकत राहिले. त्याच्याकडे आदराने पाहात राहिले.

मग रंगाने भिंतीतल्या बारीक फटी एक-दोन दाखविल्या. त्यात पायाचा अंगठा-बिंगठा बसवून वर चढता येणं कसं शक्य आहे हेही सांगितलं. लोकांनी पुन्हा माना डोलविल्या. मग त्यांना रंगाचे बोलणे पटतच गेले.

“मग?”

“मग काय? गडी लागला आसल वर चढायला गडबडीनं. तेवढ्यात बाई पुन्हा बोंबलली आसंल. झालं. आधीच घाबरलेला त्यो – बाई बोंबलल्यावर हादरलाच. घेतली त्यानं तशीच वर उडी –”

“व्हय-व्हय, फुडं?”

“आता फुडं काय व्हायलं आनखीन...” असं म्हणून रंगाने एक मोठी जांभई पुन्हा एकदा दिली. झोपेने आता त्याला चांगलंच घेरलं. नकळत त्याचे डोळे मिटले. मोठ्या कष्टाने ते उघडून तो म्हणाला,

“घाबरलेला गडी. त्याच्या काखंतला डबा निसटून पडला ह्या अंगाला आन्”

– आणि पेंगता पेंगता तो पुढे म्हणाला....

“– आन् मी पडलो बाहेरच्या अंगाला.”

□